കാൽപന്തിനെ പ്രണയിച്ച കാലുകൾ, നെഞ്ചിലെ കളിക്കളങ്ങൾ

Verses Kindler Publication

Verses Kindler Publication.

Website: www.verseskindlerpublication.com

കാൽപന്തിനെ പ്രണയിച്ച കാലുകൾ, നെഞ്ചിലെ കളിക്കളങ്ങൾ

By: Mr. Jitin Kandy

ISBN: 978-93-49532-08-3

FICTION STORIES 1st Edition

Price: INR 250/$15

Disclaimer

കാൽപന്തിനെ പ്രണയിച്ച കാലുകൾ, നെഞ്ചിലെ കളിക്കളങ്ങൾ എഴുതിയിരിക്കുന്നത് ശ്രീ.ജിതിൻ കണ്ടിയാണ്.

പ്രസിദ്ധീകരിച്ച കൃതി രചയിതാവിൻ്റെ യഥാർത്ഥ ഉള്ളടക്കമാണ്, കൂടാതെ അത് തിരുത്താനും കോപ്പിയടിയില്ലാത്തതാക്കാനും അദ്ദേഹം പരമാവധി ശ്രമിച്ചിട്ടുണ്ട്.

കഥാപാത്രങ്ങൾ സാങ്കൽപ്പികമോ യഥാർത്ഥ സംഭവങ്ങളെ അടിസ്ഥാനമാക്കിയുള്ളതോ ആകാം, എന്നാൽ അവ ആരുടെയും വികാരങ്ങളെ വ്രണപ്പെടുത്താനോ ഏതെങ്കിലും ജാതിയ്ക്കോ വ്യവസ്ഥയ്ക്കോ എതിരായി ഒന്നും ചിത്രീകരിക്കാനോ ഉദ്ദേശിച്ചുള്ളതല്ല. യഥാർത്ഥ വ്യക്തികളുടെയോ സ്ഥലങ്ങളുടെയോ സ്ഥാപനങ്ങളുടെയോ പേരുമായി എന്തെങ്കിലും സാമ്യം തോന്നുന്നത് തികച്ചും യാദൃശ്ചികവും കഥ മുന്നോട്ട് കൊണ്ടുപോകാൻ ഉദ്ദേശിച്ചുള്ളതുമാണ്.

ഏതെങ്കിലും കോപ്പിയടി എഴുതപ്പെട്ടാൽ, അതിൻ്റെ പൂർണ്ണ ഉത്തരവാദിത്തം രചയിതാവാണ്, പ്രസാധകൻ അതിന് ഉത്തരവാദിയായിരിക്കില്ല.

ഈ പുസ്തകം എന്റെ പ്രിയപ്പെട്ട അമ്മയ്ക്കുള്ള സമർപ്പണമാണ്. അച്ഛന്റെ ഓരോ വിജയത്തിനും പിന്നിൽ താങ്ങും തണലുമായി നിന്ന എന്റെ അമ്മ, അമ്മ നൽകിയ സ്നേഹവും പിന്തുണയും ഇല്ലായിരുന്നെങ്കിൽ, ഈ യാത്ര ഒരിക്കലും പൂർണ്ണമാകുമായിരുന്നില്ല. അമ്മയുടെ ഓർമ്മകൾക്ക് മുന്നിൽ പ്രണാമം.

അച്ഛന്...

അച്ഛൻ! ഈ പേര് കേൾക്കുമ്പോൾ മനസ്സിലേക്ക് ഓടിയെത്തുന്നതെല്ലാം പച്ചപ്പുനിറഞ്ഞ ഫുട്ബോൾ മൈതാനങ്ങളാണ്. ഒരുപക്ഷേ, ഈ പുസ്തകത്താളുകളിൽ ഞാൻ കുറിച്ചിടുന്നത് കേവലം നാടിനഭിമാനമായ ഒരു വ്യക്തിയുടെ ജീവിതയാത്രയല്ല, മറിച്ച്, ഒരു തലമുറയ്ക്ക് മുഴുവൻ പ്രചോദനമായ സ്വപ്നതുല്യമായ സംഭവങ്ങളാണ്.

ഒരു മകനെന്ന നിലയിൽ, എന്റെ അച്ഛൻ വെറുമൊരു അച്ഛനായിരുന്നില്ല; അദ്ദേഹം ഒരു വഴികാട്ടിയായിരുന്നു, ഒരു പോരാളിയായിരുന്നു, ഏറ്റവും പ്രധാനമായി, കാൽപന്തിനെ പ്രണയിച്ച ഒരു കലാകാരനായിരുന്നു. ഇന്ത്യൻ എയർഫോഴ്സിന്റെ യൂണിഫോമിലും ഫുട്ബോൾ മൈതാനത്തിന്റെ ഹരിതഭംഗിയിലും ഒരുപോലെ തിളങ്ങിയ ആ ജീവിതം, അച്ചടക്കത്തിന്റെയും അർപ്പണബോധത്തിന്റെയും ഉദാത്ത മാതൃകയായിരുന്നു. ഓരോ കിക്ക്ഓഫിലും, ഓരോ പാസ്സിലും, ഓരോ ഗോളിലും അച്ഛൻ നിറച്ച ആവേശം, അത് കളിയോടുള്ള അഭിനിവേശം മാത്രമായിരുന്നില്ല, ജീവിതത്തോടുള്ള അദ്ദേഹത്തിന്റെ അടങ്ങാത്ത പ്രണയം കൂടിയായിരുന്നു.

ഈ താളുകളിൽ നിങ്ങൾ വായിക്കുന്നത് കളിയോടുള്ള ഒരു മനുഷ്യന്റെ അഗാധമായ സ്നേഹത്തെക്കുറിച്ചാണ്. അത് എങ്ങനെയാണ് അനേകം ആളുകളുടെ സ്വപ്നങ്ങൾക്ക് ചിറകുകൾ നൽകിയതെന്നും, കായികലോകത്തൊരിടം കണ്ടെത്താൻ അവരെ പ്രേരിപ്പിച്ചതെന്നും നിങ്ങൾക്കീ പുസ്തകത്തിലൂടെ മനസ്സിലാകും. അച്ഛന്റെ ജീവിതം, കളിക്കമ്പമുള്ള ഓരോ യുവഹൃദയത്തിലും ഒരു തീപ്പൊരിയായി ജ്വലിക്കുമെന്നു ഞാൻ വിശ്വസിക്കുന്നു.

വായനക്കാരുടെ ഹൃദയങ്ങളിൽ ഈ ഓർമ്മകൾ ഒരു പുൽമൈതാനം വിടർത്തട്ടെ എന്ന് ഞാനാശംസിക്കുന്നു.

-ജിതിൻ & നിതിൻ

സൂചിക

1.പന്ത് എന്ന കൗമാര-യൗവന സ്വപ്നം

ഇതിനെ ഒരു യാത്ര എന്ന് വിശേഷിപ്പിക്കട്ടെ? പിറകിലോട്ടുള്ള യാത്ര! ഈ യാത്രയത്രയും ചെയ്തുതീർത്തത് എൻ്റെ അച്ഛനാണ്. അതുകൊണ്ടുതന്നെ അച്ഛനെക്കുറിച്ച് പറയാനുണ്ടാവുക ആ കാലുകളുടെ കഥയായിരിക്കുമല്ലോ. ആ കാലുകൾക്ക് പറയാനുള്ളതും കാതങ്ങൾ നടന്നു തീർത്ത കഥകളല്ല. കൗമാര യൗവനങ്ങളിൽ വരകൾക്കുള്ളിലും ബാല്യകാലത്ത് സാങ്കല്പികമായ വരകൾക്കുള്ളിലും അച്ഛൻ കളിച്ചു തീർത്ത അനേകം കാൽപന്തുകളികളുടെ കഥകൾ. കഥകൾ എന്ന് എങ്ങനെ വിശേഷിപ്പിക്കാൻ കഴിയും? കഥകളായിരുന്നില്ല. അവയെല്ലാം യാഥാർത്ഥ്യങ്ങളായിരുന്നു. ചെറുപ്പകാലങ്ങളിൽ ചിലപ്പോൾ മാതാപിതാക്കളിൽ നിന്ന് ഭൂരിഭാഗം കുട്ടികളും കേട്ടിട്ടുണ്ടാവുക അച്ഛനിലൂടെ ഞങ്ങൾ കേട്ടതിൽ നിന്ന് വ്യത്യസ്തമായ കഥകൾ ആയിരിക്കാം, രാജാവിൻ്റെ കഥകൾ, രാജ്ഞിയുടെ കഥകൾ. എന്നാൽ അച്ഛനിലൂടെ ഞങ്ങളറിഞ്ഞത് ഫുട്ബോളിൻ്റെ കഥകൾ ആയിരുന്നു. അച്ഛൻ എന്ന ഫുട്ബോളറുടെ കഥ. എന്നും ഞങ്ങൾ

അഭിമാനം കൊള്ളുന്ന, അന്ന് ആ കുഞ്ഞു മനസ്സിനെയും അഭിമാനം കൊള്ളിച്ച വിജയങ്ങളുടെയും വെല്ലുവിളികളുടെയും ആത്മവിശ്വാസത്തിന്റെയും ആത്മസമർപ്പണത്തിന്റെയും കഥകൾ.

ബാല്യകാലത്തെ പറ്റി അച്ഛൻ പറഞ്ഞു കേട്ട കഥകൾ അനവധിയാണ്. പ്രൈമറി ക്ലാസിൽ പഠിക്കുന്ന സമയത്തെക്കുറിച്ച് അച്ഛൻ ഓർത്തെടുക്കുമ്പോൾ ആ ഓർമ്മകളിൽ നിറഞ്ഞുനിന്നതും ഫുട്ബോൾ തന്നെ. കുഞ്ഞു മനസ്സുകളിലായിരിക്കുമല്ലോ നിർമ്മലമായ സ്വപ്നങ്ങളും ആശകളും വിടർന്നു തുടങ്ങുന്നതും. അന്ന് ക്ലാസിൽ കൂടെ പഠിച്ച ചങ്ങാതിമാരുടെ ആഗ്രഹങ്ങളെക്കുറിച്ച് അച്ഛനറിയാമോ എന്ന് അറിയില്ല. ചിലപ്പോൾ അവരതെല്ലാം ബെഞ്ചുകളിൽ അടുത്തടുത്ത സീറ്റുകളിൽ ഇരുന്ന് പങ്കുവെച്ചിട്ടുണ്ടാവാം. അങ്ങനെയാണെങ്കിൽ അന്ന് ചങ്ങാതിമാർ പരസ്പരം നുണഞ്ഞ മിഠായികളുടെ രുചികൾക്കിടയിൽ അച്ഛൻ പങ്കുവെച്ച നൊമ്പരങ്ങൾ വീടിനെതിർവശത്തുള്ള ഗ്രൗണ്ടിലെ കളിക്കാരെ കുറിച്ചുള്ളതാവാനേ സാധ്യതയുള്ളൂ. അന്നത്തെ ആ കുഞ്ഞു ശരീരത്തിലെ അതിലും ചെറിയ മനസ്സിലെ വേവലാതികൾ അതിനെ ചുറ്റിപ്പറ്റിയായിരിക്കണം.

കുഞ്ഞി കണാരൻ എന്നു വിളിപ്പേരുണ്ടായിരുന്ന അച്ഛൻ്റെ അന്നത്തെ വീടിനെതിർവശം ഒരു ഗ്രൗണ്ടായിരുന്നു. അത്ര വിശാലമൊന്നുമല്ലെങ്കിലും ധാരാളം കുട്ടികൾ അന്നവിടെ കളിക്കാൻ എത്തിയിരുന്നു. അവരുടെ ആർപ്പുവിളികളുടെയും വെല്ലുവിളികളുടെയും ഒച്ചപ്പാടുകൾ ഒരുപക്ഷേ അച്ഛനെയും ആവേശം കൊള്ളിച്ചിരിക്കാം. കളിക്കാരുടെ കാലുകളിൽ മാറിമാറി തൊട്ടുകൊണ്ട് അതിവേഗം നീങ്ങിയിരുന്ന ചിലപ്പോഴൊക്കെ നിലത്തു വീണും, അപ്പുറത്തെ പറമ്പിലേക്ക് എടുത്തുചാടിയും എന്നും ചലിച്ചുകൊണ്ടേയിരുന്ന ഫുട്ബോളിൽ അച്ഛൻ്റെ കണ്ണുകളൊടക്കിയത് എന്നായിരിക്കും എന്ന് അറിയില്ല. സ്വന്തം ഭാവികാലത്തെ നിർണയിക്കാൻ ശേഷിയുള്ള ഗോളമാണതെന്ന് അച്ഛൻ അന്ന് ഓർത്തു കാണാനും വഴിയില്ല.

മടിച്ചു മടിച്ചൊന്നുമായിരിക്കില്ല അച്ഛൻ അന്നൊക്കെ ആ ഗ്രൗണ്ടിലേക്ക് ചെന്നിട്ടുണ്ടാവുക. പക്ഷേ ഒരു കുഴപ്പം ഉണ്ടായിരുന്നു. അന്നവിടെ കളിച്ചിരുന്നവരെല്ലാവരും അച്ഛനേക്കാൾ ഉയരമുള്ളവരായിരുന്നു. അതായത് തന്നെക്കാൾ പ്രായം കൂടിയവരാണ് അവരെല്ലാവരും എന്ന് അച്ഛൻ നേരത്തെ തന്നെ തിരിച്ചറിഞ്ഞിട്ടുണ്ടാവണം. ആദ്യമായി ഒരു അവസരം തേടി അവർക്കരികിലേക്ക്

ചെല്ലുമ്പോൾ ആ താരതമ്യേന ചെറിയ തലച്ചോറിന്റെ മടക്കുകളിൽ ധാരാളം ആശയക്കുഴപ്പങ്ങളും ഉണ്ടായിട്ടുണ്ടാവുക സ്വാഭാവികം. തന്നെ ഇവർ കളിയിൽ കൂട്ടുമോ?, തനിക്ക് പന്ത് തരാൻ അവർക്ക് താല്പര്യം ഉണ്ടാകുമോ?, തന്നെ കളിയാക്കുമോ?, തനിക്ക് കളിക്കാൻ അറിയില്ലെന്നു പറഞ്ഞ് മാറ്റിനിർത്തുമോ? അവർ തന്നെ പന്തു തട്ടാൻ പഠിപ്പിക്കുമോ? എന്നിങ്ങനെയുള്ള ചോദ്യങ്ങളും അതിലുപരി തനിക്ക് എങ്ങനെയെങ്കിലും കളിക്കണം എന്നുള്ള ഒരൊറ്റ ഉത്തരവും അന്ന് ഒരു ചെറു ബാലനായിരുന്ന അച്ഛന്റെ മനസ്സിൽ ഉദിച്ചു കാണുമെന്നത് ഉറപ്പാണ്. സ്വന്തം കാൽവിരലുകളിൽ തൊട്ടു പൊങ്ങി ഇടയ്ക്കൊന്നു കറങ്ങി തന്നെക്കാൾ ഉയരത്തിൽ ചലിച്ച് അതിവേഗം ഒരു ഗോളിലേക്കടുക്കുന്ന പന്തിന്റെ ചിത്രം അച്ഛൻ ചെറുപ്പത്തിൽ പലവുരു സ്വപ്നം കണ്ടിട്ടുണ്ടാവാനിടയുണ്ട്. അച്ഛന്റെ ബാല്യകാലത്തെ ആസ്വാദ്യങ്ങളും വെല്ലുവിളികളും എല്ലാം കഥയായും കവിതയായും ആ ഓർമ്മകളിൽ ഇടം പിടിച്ചിരുന്നു.

സ്കൂൾ വിട്ടാലുടൻ അന്ന് അച്ഛൻ ഓടിയെത്തിയിരുന്നത് ഗ്രൗണ്ടിലേക്കായിരുന്നു. ബാല്യകാലത്തെക്കുറിച്ച് അച്ഛൻ ഓർത്തെടുക്കുകയാണെങ്കിൽ വൈകുന്നേരങ്ങളിൽ ഗ്രൗണ്ടിന്റെ

പരിസരത്തല്ലാത്ത അച്ഛൻറെ ഒരു ചിത്രം വിരളമായിരിക്കും അദ്ദേഹത്തിൻറെ ഓർമ്മകളിൽ. അന്നാ കുഞ്ഞു മനുഷ്യൻ വിചാരിച്ചത്ര എളുപ്പമായിരുന്നില്ല കാര്യങ്ങൾ. സ്കൂളുകളിൽ അന്ന് കായികാധ്യാപകർ വളരെ കുറവായിരുന്നു. സ്കൂളിൽ വച്ച് മറ്റ് കുട്ടികൾക്കൊപ്പം കാൽപന്ത് കളിക്കുക എന്നത് അന്ന് ഒരിക്കലും നടക്കാനിടയില്ലാത്ത കാര്യവും. തിരിച്ച് വീട്ടിലേക്കെത്തിക്കഴിഞ്ഞ് സ്വന്തം ഊഴവും കാത്ത് ഗ്രൗണ്ടിനടുത്ത് ആകാംക്ഷയോടെയും നിസ്സഹായതയോടെയും കാത്തുനിന്നിരുന്ന ആ കുട്ടിക്കാലം അച്ഛൻ ഇന്നും ഓർക്കുന്നു. അവരെക്കാൾ പ്രായം കുറഞ്ഞ കുട്ടി ആയതുകൊണ്ട്തന്നെ അച്ഛനെ അവരാരും പരിഗണിച്ചിരുന്നില്ല. വല്ലപ്പോഴും അവസരം ലഭിക്കുക കളിക്കാരിൽ ആരെങ്കിലും വരാതിരിക്കുമ്പോൾ മാത്രമാണ്. ഒരു അവസരത്തിനായി എന്നും തങ്ങൾ കളിക്കുന്നത് നോക്കി കാത്തുനിൽക്കുമായിരുന്ന ചെറുക്കന് അവരുടെ പക്കൽ നിന്നും കേൾക്കേണ്ടി വന്നിട്ടുള്ള വഴക്കുകളും ധാരാളമായിരുന്നു.

വല്ലപ്പോഴും വീണു കിട്ടുമായിരുന്ന അവസരങ്ങളിൽ അന്ന് അച്ഛൻ തിമിർത്തു കളിച്ചു. കളി അന്ന് അച്ഛനെ ആവേശം കൊള്ളിച്ചു. പന്തുമായി നീങ്ങുമ്പോഴും ഓരോ തവണയും സ്വന്തം കാലുകളെ ആ പന്ത് മുത്തമിട്ടപ്പൊഴും നാളിതുവരെ

അനുഭവിച്ചിട്ടില്ലാത്ത ആഹ്ലാദം മനസ്സിനെ പിടികൂടുന്നത് അന്ന് അച്ഛൻ അറിഞ്ഞിരുന്നു. എതിരാളികളെ പിന്നിലാക്കി ആ പന്ത് ഗോളുകളായി മാറിയപ്പോൾ സ്വന്തം ഭാവിയെ തന്നെ അന്ന് നന്നേ ചെറുതായിരുന്ന അച്ഛൻ മുന്നിൽ കണ്ടുകാണണം. കുട്ടികളുടെ പ്രാർത്ഥനകൾ എന്തെല്ലാമായിരിക്കും? ഇഷ്ടപ്പെട്ട കളിപ്പാട്ടം കിട്ടണേ, ആഗ്രഹിച്ച ആ സ്ഥലത്ത് പോകണം, സഹോദരങ്ങളിൽ നിന്ന് സൈക്കിൾ ഇന്ന് ഓടിക്കാൻ കിട്ടണം എന്നൊക്കെയാവും! അന്ന് അച്ഛനും ഇതുപോലെ പ്രാർത്ഥിച്ചിരുന്നു. അച്ഛൻ പ്രാർത്ഥിച്ചത് പക്ഷേ ഇന്ന് കളിക്കാരിൽ ഒരാൾ വരാതിരിക്കണം, അങ്ങനെയാണെങ്കിൽ അച്ഛന് കളിക്കാമല്ലോ എന്നൊക്കെ ആയിരുന്നു. ഇരുപത്തിരണ്ട് എന്ന എണ്ണം ഇരുപത്തിയൊന്നാകാൻ എന്നും അച്ഛൻ പ്രാർത്ഥിക്കാറുണ്ടായിരുന്നത്രേ!
ഇരുപത്തിയൊന്നാളുകൾ മാത്രമുള്ള ചില ദിവസങ്ങളിൽ അച്ഛനെ കളിക്കാൻ വിളിച്ച ആ ക്ഷണത്തിൽ തന്നെ അച്ഛൻ കളിക്കാനായി ഓടിച്ചെല്ലുമ്പോഴേക്ക് ചിലപ്പോൾ ഇരുപത്തിരണ്ടാമൻ വന്നു കഴിഞ്ഞിട്ടുണ്ടാവും. ഷൂസുമിട്ട് ആ വീണുകിട്ടിയ അവസരം നഷ്ടപ്പെടുത്താൻ എത്തിയ ആ വ്യക്തിയോട് അന്നച്ഛന് അനിഷ്ടം ഉണ്ടാവാനേ വഴിയുള്ളൂ.

ഒട്ടേറെ രാവുകളും പകലുകളും കടന്നുപോയപ്പോൾ അച്ഛൻ്റെ ജീവിതത്തിൽ മാറ്റമില്ലാതെ നിലകൊണ്ടത് ഹൃദയത്തിൻ്റെ

അറകൾക്കുള്ളിൽ ഹൃദയമിടിപ്പിനൊപ്പം സ്ഥാനം പിടിച്ച ഫുട്ബോൾ എന്ന വികാരമായിരുന്നു. ഹൈസ്കൂളിൽ എത്തിയപ്പോൾ വൈകുന്നേരങ്ങളിലും അച്ഛൻ ഗ്രൗണ്ടിൽ തന്നെ. അന്നും കൊയിലാണ്ടി മൈതാനമായിരുന്നു അച്ഛന് ഏറ്റവും പ്രിയപ്പെട്ട കളിസ്ഥലം. പക്ഷെ അന്നവിടെ കളിച്ചിരുന്നവരാരും അച്ഛൻറെ സമപ്രായക്കാരായിരുന്നില്ല. മുതിർന്നവർ കളിക്കുമ്പോൾ പുറത്തുപോകുന്ന പന്ത് എടുത്തുകൊടുക്കുന്ന കാര്യത്തിൽ മാത്രമായിരുന്നില്ല അന്ന് അച്ഛൻ മുൻപന്തിയിൽ, അന്ന് അതിനോടൊപ്പം അച്ഛൻ ഹൃദിസ്ഥമാക്കിയിരുന്നത് ഫുട്ബോളിന്റെ ബാലപാഠങ്ങൾ കൂടിയായിരുന്നു. പിന്നീട് സന്തോഷ്ട്രോഫിക്കായി കളിച്ച ആത്മാറാമും ഫുട്ബോളിലെ നക്ഷത്രത്തിളക്കമായിമാറിയ വില്യംസും പി പി ഗോപാലനും വേലായുധനും ഉസ്മാനും കായികാധ്യാപകനായിരുന്ന ബാലൻമാഷുമൊക്കെ മറ്റു പലർക്കുമൊപ്പം തങ്ങളുടെ പരിശീലന ഘട്ടങ്ങൾ താണ്ടിയിരുന്നത് അതേ കൊയിലാണ്ടി മൈതാനത്തുവച്ച് തന്നെയായിരുന്നു. അച്ഛന് ഊഴം ലഭിച്ചിരുന്നത് വല്ലപ്പോഴുമായിരുന്നു. പലപ്പോഴും വൈകിയെത്താറുണ്ടായിരുന്ന ബാലൻ മാഷിനായി തൻറെ സ്ഥാനം പുറത്തേക്ക് മാറ്റിയപ്പോൾ നിരാശ നിറഞ്ഞുകവിഞ്ഞിരുന്നെങ്കിലും അച്ഛൻ ആ

അവസരങ്ങളൊക്കെ കാൽപന്തുകളിയെ അടുത്തറിയാനായി വിനിയോഗിച്ചു.

കാൽപന്തുകളിയുടെ ആത്മാവിനെ തൊട്ടറിഞ്ഞും കളിച്ചും ഒക്കെയാണ് അച്ഛൻറെ കൗമാരകാലങ്ങൾ കടന്നുപോയത്. ഫുട്ബോൾ ജീവിതത്തോട് ഒട്ടിച്ചേർന്ന് കൗമാര യൗവന വാർദ്ധക്യ കാലങ്ങൾക്ക് പ്രധാനമായും പറയാനുള്ള, ജീവിത താളുകളിൽ എഴുതപ്പെട്ട ഒന്നായി മാറുകയാണെന്ന തിരിച്ചറിവ് അച്ഛന് അന്നുതന്നെ ഉണ്ടായിക്കാണണം. അന്ന് കോഴിക്കോട് ജില്ലയിൽ അറിയപ്പെട്ട ജോളി ബ്രദേഴ്സിനു വേണ്ടി അച്ഛൻ കളിച്ചത് അനേകം ടൂർണമെന്റുകളായിരുന്നു. മുരളി മാഷ്, മുകുന്ദൻ മാഷ് തുടങ്ങിയവരൊക്കെതന്നെ ഹൈസ്കൂൾ പഠനകാലത്തും മറ്റും അച്ഛനെ ഒരുപാട് പ്രോത്സാഹിപ്പിച്ചിരുന്നവരാണ് . ഹണ്ടേഴ്സിനുവേണ്ടിയും യങ് ചാലഞ്ചേഴ്സിന് വേണ്ടിയുമൊക്കെ അച്ഛൻ നിരവധി കളികൾ കളിച്ചിരുന്നു. കളിക്കുവാൻ ഒരു അവസരത്തിനു വേണ്ടി കാത്തുനിന്ന അച്ഛൻറെ കുട്ടിക്കാലത്തിനുശേഷം നിരന്തരമായ കളികൾ, അച്ഛൻ അണിഞ്ഞിരുന്ന ബൂട്ടുകളെ അച്ഛൻറെ ശരീരത്തിലെ പ്രധാന അവയവങ്ങളാക്കിതന്നെ മാറ്റിക്കഴിഞ്ഞിരുന്നു. ഹൈസ്കൂൾ പഠനകാലത്ത് പുറത്തുനിന്നുള്ള പ്രോത്സാഹനങ്ങൾ കുറവായിരുന്നിട്ട് പോലും അച്ഛൻറെ ഉള്ളിലെ കാൽപന്തുകളി എന്ന തിരിനാളം ഒരു പന്തമായി അങ്ങനെ കെടാനോ

കെടുത്തപ്പെടാനോ തയ്യാറല്ലാതെ കത്തിജ്വലിച്ചുകൊണ്ടുതന്നെയിരുന്നു. അന്ന് സ്കൂളിലെ മറ്റു വിഷയങ്ങൾ പഠിപ്പിച്ചിരുന്ന ചില അധ്യാപകർ തന്റെ കഴിവിനെ കുറച്ചു കണ്ടില്ലെന്നത് അച്ഛൻ സന്തോഷത്തോടെ ഓർക്കുന്നു. പഠനകാലത്തും അതിനുശേഷവും അച്ഛൻറെ ജീവിതത്തിൽ മാറ്റമില്ലാതെ തുടർന്നതും എന്നും ആളിക്കത്തിക്കൊണ്ടിരുന്നതും കാൽപന്തുകളിതന്നെയായിരുന്നു.

പന്തലായിനി അപ്പർ പ്രൈമറി സ്കൂളിൽ നിന്നും അതിനുശേഷം കൊയിലാണ്ടി ഹൈസ്കൂളിൽ നിന്നുമായിട്ടാണ് അച്ഛൻ അദ്ദേഹത്തിൻറെ വിദ്യാഭ്യാസം പൂർത്തിയാക്കുന്നത്. ജീവിതത്തിലെ പടവുകൾ എല്ലാം തന്നെ അച്ഛൻ കയറിയത് ഫുട്ബോളിനെ നെഞ്ചോട് ചേർത്തുവച്ചുകൊണ്ടായിരുന്നു. അതുകൊണ്ടുതന്നെ അച്ഛൻ പത്താംതരം പൂർത്തിയാക്കി 1963ൽ ഇന്ത്യൻ എയർഫോഴ്സിൽ എത്തുന്നത് കാൽപന്തുകളി തനിക്ക് സമ്മാനിച്ച നേട്ടങ്ങളിലൂടെയായിരുന്നു. അതിനകം അച്ഛൻ കളിച്ചുതീർത്ത കളികൾ വിരലിലെണ്ണാവുന്നതു മാത്രമായിരുന്നില്ല. അതിൽ ഭൂരിഭാഗം കളികളും വിജയിച്ച അച്ഛന് എയർഫോഴ്സിൽ കയറിപ്പറ്റുക എന്നത് ഒട്ടും പ്രയാസമുള്ള ഒരു ജീവിതകടമ്പ ആയിരുന്നില്ല. അതുകൊണ്ട് അച്ഛന് ജീവിതോപാധിയായി മാറിയതും ഫുട്ബോൾ തന്നെയായിരുന്നു എന്ന് പറയാതെ വയ്യ. എയർഫോഴ്സിലെ സേവനത്തിനിടയിൽ ചെറുതായ ഒരു മാറ്റം സംഭവിച്ചത് അച്ഛൻറെ പേരിനായിരുന്നു. അച്ഛൻറെ പേര് സർവീസസ് കണാരൻ എന്നു മാറിയത് കണാരൻ എന്ന ഫുട്ബോളർ രാജ്യം എങ്ങും അറിയപ്പെടുന്ന ഒരു കളിക്കാരനായി മാറിയതിനുശേഷമായിരിക്കാം.

എയർഫോഴ്സിലെ സേവനത്തിനിടയ്ക്ക് അച്ഛൻ കൈവരിച്ച വിജയം അനേകം ആണിത്. ആ കാലഘട്ടം ഓർക്കുമ്പോൾ, വെല്ലുവിളികളേകയും പോരാട്ടങ്ങളേകയും നിറഞ്ഞ വിശേഷ പ്രകടനങ്ങളാണ് അദ്ദേഹത്തിന്റെ ഓർമ്മയിൽ മിഴിവേകുന്നത്. സർവീസസിനു വേണ്ടി അച്ഛൻ കളിച്ചത് മാത്രം ഒരു രണ്ടിടങ്ങളിൽ ആയിരുന്നില്ല. നൂറിലേറെ മൈതാനങ്ങൾ ഇന്നും കണാരൻ എന്ന പേരിൽ ഒരു പിറകോട്ടുമുണ്ട്. ജനസാഗരം ഒഴുകിയെത്തിയിരുന്ന ഗാലറികളിൽ സർവീസസിനെ വിജയത്തോടടുപ്പിച്ച കളിക്കാരനായി അച്ഛൻ മാറി. മാന്ത്രികമായ ശക്തി കൈവരിച്ചതുപോലെ അച്ഛൻറെ പന്തുകൾ ഗോൾ വലയോടടുത്തപ്പോഴും കൂടെയുള്ള കളിക്കാർക്കായി അതിവേഗത്തിൽ അച്ഛൻ പന്തിനെ പായിച്ചപ്പോഴും ഗാലറികൾ ആവേശത്തിൽ പുളകിതമായി. ഇടതുനിരയിലെ മുന്നേറ്റക്കാരനായാണ് അച്ഛൻ മാറിയത്. എയർഫോഴ്സിലെ അച്ഛൻ സേവനമനുഷ്ഠിച്ച ആ കാലഘട്ടം സാക്ഷ്യം വഹിച്ചത് ഒരു ഹൈസ്കൂൾ ഗ്രൗണ്ടിൽ നിന്ന് തുടങ്ങി ഇന്ത്യയിലെ ഒട്ടുമിക്ക നഗരങ്ങളിലും കാൽപന്തുകളിയിലൂടെ ചുവടുറപ്പിച്ച അതിശയിപ്പിക്കുന്ന പ്രകടനങ്ങൾ കാഴ്ചവെച്ച, ആത്മവിശ്വാസം നിറച്ച അച്ഛൻറെ മുന്നേറ്റങ്ങളെയായിരുന്നു.

അച്ഛൻ എന്നും തന്നെ സ്വയം കൊയിലാണ്ടിക്കാരനായി പരിചയപ്പെടുത്തിയിരുന്നു. അച്ഛനെ മൈതാനങ്ങളിൽ ഇറക്കിയ ടൂർണമെൻറുകളുടെ ഭാരവാഹികളും അച്ഛൻ ജേഴ്സിയണിഞ്ഞ ടീമുകളിലെ അംഗങ്ങളും മറ്റു പലരും അച്ഛനെ അഭിസംബോധന ചെയ്തിരുന്നത് കൊയിലാണ്ടി കണാരൻ എന്ന് തന്നെയായിരുന്നു. മറ്റുള്ളവർ അച്ഛനെ അങ്ങനെ വിളിക്കുന്നതുതന്നെയായിരുന്നു അച്ഛനേറെ ഇഷ്ടവും. അന്ന് യങ് ചാലഞ്ചേഴ്സിന്റെ ജേഴ്സി അണിഞ്ഞ് ദക്ഷിണേന്ത്യയിലെ ഒട്ടുമിക്ക ടൂർണമെന്റുകളും കളിച്ച അച്ഛൻറെ സമകാലികരായ കളിക്കാരുടെയും കേരള സ്റ്റേറ്റ് ടീമിൻറെ ഗോൾകീപ്പർ ആയി കളിച്ച അച്ഛൻ ജോളിയേട്ടൻ എന്നു വിളിച്ച ആത്മാറാമിനെ പോലെയുള്ള കളിക്കാരുടെയും മുകളിൽ കൊയിലാണ്ടി കണാരൻ എന്ന അച്ഛൻറെ പേര് കുറച്ചു വർഷങ്ങൾക്കുള്ളിൽ തന്നെ സ്ഥാനം പിടിക്കുകയുണ്ടായി. കൊൽക്കത്ത, ന്യൂഡൽഹി, മുംബൈ, മദ്രാസ്, ഹൈദരാബാദ് തുടങ്ങിയ ഇന്ത്യൻ ഫുട്ബോളിന്റെ ആസ്ഥാനനഗരങ്ങളിൽ പോലും അച്ഛൻറെ പേര് ആഘോഷിക്കപ്പെടുകയുണ്ടായി. ആ നഗരങ്ങളിലെ പ്രശസ്തമായ മൈതാനങ്ങളിൽ അച്ഛൻ കളിച്ചത് ധാരാളം അഖിലേന്ത്യ, ഏഷ്യൻ ടൂർണമെന്റുകളാണ്. അച്ഛൻറെ

അതിവേഗം ചലിച്ചു കൊണ്ടിരുന്ന കാലുകൾക്ക് അവിടങ്ങളിൽ രേഖപ്പെടുത്തേണ്ടിയിരുന്നത് ചരിത്രമായിരുന്നു, കൊയിലാണ്ടിയിൽ നിന്നെത്തിയ കളിക്കാരൻ എഴുതിച്ചേർത്ത വരികളായിരുന്നു. മിന്നൽ പോലെ പാഞ്ഞു മുന്നേറിക്കൊണ്ടിരുന്ന ആ യുവത്വത്തെ ഇന്നും കാണികൾ ഓർക്കുന്നുണ്ടാവും

ഇന്ത്യൻ എയർഫോഴ്സിൽ ജോലി ചെയ്തിരുന്ന കാലത്തെ പറ്റി ഓർത്തെടുക്കുമ്പോൾ അച്ഛനെന്നും പറയാനുണ്ടായിരുന്നത് കളിക്കളത്തിലെ കഥകൾ തന്നെയാണ്. ഇന്ത്യൻ ക്ലബ് ഫുട്ബോൾ മേഖലകളിൽ അച്ഛൻറെ പങ്ക് ഏറെ പ്രാധാന്യം കൊടുക്കേണ്ട ഒന്നാണുതാനും. എയർഫോഴ്സ് ടീമിൻറെ ജേഴ്സി അണിയുന്നതിന് മുൻപുതന്നെ കൊയിലാണ്ടി ടീമിന് വേണ്ടി കോഴിക്കോട് സ്റ്റേഡിയത്തിലും മറ്റും ജില്ലാ ലീഗ് ചാമ്പ്യൻഷിപ്പുകൾക്കുവേണ്ടി അച്ഛൻ ജേഴ്സി അണിഞ്ഞിട്ടുണ്ടെങ്കിലും അച്ഛൻറെ ജീവിതത്തിൽ,പ്രത്യേകിച്ച് കാൽപന്തുകളിയിൽ വർണ്ണങ്ങൾ വാരി വിതറിയതും എയർഫോഴ്സിൽ ഉണ്ടായിരുന്ന കാലത്തുണ്ടായ പ്രകടനങ്ങൾ തന്നെയായിരുന്നു. അച്ഛൻ കളിച്ച മത്സരങ്ങളുടെ എണ്ണം കണക്കെഴുതാനാകാത്തവിധം കൂടുതലാണ്. ഓരോ കളിയും ഒരായുസ് പോലെ

അനുഭവിച്ചെടുത്തവയായിരുന്നു. വാശിയോടെ മുന്നേറുകയായിരുന്നു അച്ഛനന്ന്. ഒരു തോൽവിയും ആത്മവിശ്വാസം തളർത്തിയില്ല. കാൽപന്ത് കളിക്കായി അതിനോട് ആത്മസമർപ്പണം നടത്തിയ കളിക്കാരുടെ പട്ടികയിൽ അന്നേ അച്ഛൻറെ പേരും തുന്നിച്ചേർക്കപ്പെട്ടിരുന്നു. നിരന്തര പരിശ്രമത്തിലൂടെയാണ് പ്രശസ്തി വന്നത്.

1968 മുതൽ 1973 വരെ ഇന്ത്യൻ എയർഫോഴ്സിനെയും ഡൽഹി ടീമിനെയും പ്രതിനിധീകരിച്ച് അച്ഛൻ കളിച്ചിരുന്നത് മാത്രമല്ല, ഈ കാലയളവിൽ നടന്ന മത്സരങ്ങൾ അഖിലേന്ത്യാ തലത്തിൽ പ്രസിദ്ധമായവയായിരുന്നു. ഫോർവേഡർ ആയിട്ടായിരുന്നു കോഴിക്കോട് കോർപ്പറേഷൻ സ്റ്റേഡിയത്തിൽ അരങ്ങേറുന്ന സേട്ട് നാഗ്ജി സ്മാരക ടൂർണമെൻറ് എന്നൊരു അഖിലേന്ത്യാ തലത്തിലുള്ള മത്സരത്തിൽ അച്ഛൻ കളിച്ചിരുന്നത്. അച്ഛൻ കളിച്ച എല്ലാ പ്രധാന മത്സരങ്ങളും 100 മീറ്റർ നീളത്തിലുള്ള ഫുട്ബോൾ ഫീൽഡുകളിൽ, ഇന്ത്യയുടെ വിവിധ ഭാഗങ്ങളിലായി, 1968 മുതൽ 1973 വരെ നടന്നവയാണ് – അന്ന് ഫുട്ബോളിന്റെ യഥാർത്ഥ തീവ്രതയും, രാജ്യത്തിനകത്തെ പ്രാധാന്യവും അങ്ങേയറ്റം ഉയർന്നതായിരുന്നു. ഇന്ത്യയിൽ മുഴുവൻ പല ഇടങ്ങളിലായി തന്റെ കാലുകൾ കൊണ്ട് ചരിത്രം കൊത്തിവയ്ക്കാനും കാൽ വിരലുകളെത്തൊടുന്ന ഫുട്ബോൾ കൊണ്ട് രേഖകൾ ഉണ്ടാക്കി രേഖപ്പെടുത്താനും അച്ഛന്

സാധിച്ചിരുന്നു. അച്ഛൻ മത്സരിച്ച ഡൽഹി ഡ്യൂറൻഡ് കപ്പ്, ഡൽഹി ക്ലോത്ത് മിൽസ് (ഡി സി എം) ട്രോഫി, ബാംഗ്ലൂർ സ്റ്റാഫോർഡ് കപ്പ് തുടങ്ങിയ മത്സരങ്ങൾ ആസിയൻ തലത്തിൽ പ്രശസ്തിയുള്ള, അതിവിശിഷ്ട ടൂർണമെന്റുകളായിരുന്നു.

കേരളത്തിലെ ആറ് നഗരങ്ങളിലും മറ്റ് തെന്നിന്ത്യയിലെ പന്ത്രണ്ടോളം നഗരങ്ങളിലും അഖിലേന്ത്യ ടൂർണമെന്റുകൾ സംഘടിപ്പിച്ചിരുന്നു. അവയിലെല്ലാം തന്നെ മത്സരാർത്ഥിയായും വിജയിയായും അച്ഛൻ തിളങ്ങിക്കൊണ്ടേയിരുന്നു. ന്യൂഡൽഹിയിലെ ഇന്ത്യൻ എയർഫോഴ്സ് ടീമിൻറെ ഫോർവേഡ് നിരയിലെ ഏറ്റവും മികച്ച താരമായി അച്ഛൻ അതിനോടകം മാറിക്കഴിഞ്ഞിരുന്നു. ഇതിൽ ആദ്യം എയർഫോഴ്സിൽ ചരിത്രം എഴുതിയ കളികൾ 1968 മുതൽ 1973 വരെയുള്ള കാലയളവിൽ ഇന്ത്യൻ ഫുട്ബോളിന്റെ ചരിത്രമത്സരവേദികളായ ഡ്യൂറൻഡ് കപ്പ് ടൂർണ്ണമെൻറ്, മുംബൈ റോവേഴ്സ് കപ്പ് തുടങ്ങിയ പ്രശസ്തമായ മത്സരവേദികളിലെ മികവേറിയ പ്രകടനങ്ങളാണ്.

ഈ കാലയളവിൽ എടുത്തു പറയേണ്ട ഒരു മത്സരം എന്നത് അച്ഛൻ എയർഫോഴ്സ് ഫുട്ബോൾ ടീമിൻറെ അംഗമായിരിക്കെ കണ്ണൂരിൽവച്ച് നടന്ന ശ്രീനാരായണ ട്രോഫി ആയിരുന്നു. 1968 ൽ അച്ഛനാ മത്സരത്തിൽ

പങ്കെടുക്കുമ്പോൾ ജേതാക്കളാവുക എന്നത് ഒട്ടും എളുപ്പമുള്ള കാര്യമായിരുന്നില്ല. അന്ന് മത്സരത്തിൽ ശക്തരായ എതിരാളികളോട് പൊരുതി, അവരെ തോൽപ്പിച്ച് അച്ഛൻ കയ്യിലെടുത്തത് അന്നത്തെ വിജയകിരീടമായിരുന്നു. അന്ന് ടീമിൽ ശ്രദ്ധേയമായ കളി കാഴ്ചവച്ച ഇടതു വിങ്ങറായ അച്ഛനെ അന്നത്തെ കാണികളിൽ ചിലരെങ്കിലും ഇന്നും ഓർത്തുവയ്ക്കുന്നുണ്ടാവണം. കണ്ണൂർ ജില്ലയിൽ അച്ഛന് കിട്ടിയ പ്രശസ്തി അച്ഛൻ അർഹിക്കുന്ന നേട്ടങ്ങളിൽ ഒന്നാണ്. അത് മറ്റു ജില്ലകളിലേക്കും മറ്റു സംസ്ഥാനങ്ങളിലേക്കും അതിവേഗം തന്നെ വ്യാപിക്കപ്പെടുകയും ചെയ്തു.

അച്ഛൻറെ മനസ്സിൽ മായാതെ നിലകൊള്ളുന്ന ഒരു മത്സരമായിരിക്കും 1971ൽ കേരളത്തിൻറെ സാംസ്കാരിക നഗരമായ തൃശ്ശൂരിൽ വച്ച് നടന്ന കളി. അത് കേരള ഫുട്ബോൾ അസോസിയേഷൻ ടൂർണ്ണമെൻറ്-കെ എഫ് എ ഷീൽഡ് മത്സരവേദിയായിരുന്നു. തൃശൂർ ജില്ലയിലെ ഫുട്ബോൾ പ്രേമികൾ ഏറെ സന്തോഷത്തോടെയാണ് അന്ന് ഇന്ത്യൻ സർവീസസ് ടീം അംഗങ്ങളെ വരവേറ്റത്. ടീമിലെ പ്രധാന കളിക്കാരനായ അച്ഛനെയും അന്നവർ സ്നേഹാദരങ്ങളോടെ നോക്കിക്കണ്ടു. അന്ന് ഗ്രൗണ്ടിൽ പിന്നീട് സംഭവിച്ചതെല്ലാംതന്നെ സ്വപ്നതുല്യമായ

പ്രകടനങ്ങൾ ആയിരുന്നു. തൃശ്ശൂർ നഗരം അന്നാ ഗ്രൗണ്ടിൽ തീർത്തത് ജനങ്ങളുടെ ഒരു ആഴി തന്നെയായിരുന്നു. എതിരാളികളെ കടത്തിവെട്ടിക്കൊണ്ട് അവർക്ക് മുന്നേറാൻ ഒരു പഴുതുപോലും ബാക്കി വയ്ക്കാതെ സ്വയം മുന്നേറുകയും തൻറെ ടീമംഗങ്ങൾക്ക് പന്ത് കൈമാറി ഗോളിലേക്ക് നയിച്ച് കളിച്ചുകൊണ്ടിരുന്ന അച്ഛനെ കാണികൾ നെഞ്ചിലേറ്റി. പിന്നീടാ മത്സരം അതിൻറെ അവസാനത്തിലേക്ക് അടുക്കുന്ന സമയംവരെയും കാണികൾ അക്ഷമരായി വീക്ഷിച്ചുകൊണ്ടിരുന്നത് അച്ഛൻറെ പ്രകടനങ്ങളെയായിരുന്നു. പന്തിന്റെ ചലനങ്ങൾ ഗോളുകളായി മാറിയപ്പോഴും കാണികളെ കയ്യിലെടുക്കുംവിധം സാഹസികമായ പ്രകടനങ്ങൾ അന്ന് അച്ഛനടക്കമുള്ള സർവീസസ് ടീം അംഗങ്ങൾ കാഴ്ചവച്ചപ്പോഴും ആ ജനങ്ങളാൽ തീർക്കപ്പെട്ട ആഴി ഇളകിമറിഞ്ഞുകൊണ്ടേയിരുന്നു. അത് ആർത്തിരമ്പലുകളുടെ ഒരു വേദിയായി മാറുകയാണുണ്ടായത്. അന്ന് അച്ഛനും ഒരു സുദിനം ആയിരുന്നു. തൻറെ വിജയങ്ങൾക്കൊപ്പം കൊളുത്തിവയ്ക്കാൻ ഒരു പൊൻതൂവൽ കൂടി അന്ന് സമ്മാനിക്കപ്പെടും എന്ന് അച്ഛൻ പ്രതീക്ഷിച്ചു കാണുമോ എന്നറിയില്ല. അന്ന് ആ ഗ്രൗണ്ടിന്, അവിടത്തെ ജനങ്ങൾക്ക് ഒരു മികച്ച ഫോർവേഡ് കളിക്കാരനെ തിരഞ്ഞെടുക്കണമായിരുന്നു.

ഗ്യാലപ്പ് പോൾ വഴി അന്ന് ഗ്യാലറിയിലിരുന്ന കാണികൾ ഒരു മനസ്സോടെ തിരഞ്ഞെടുത്ത മികച്ച ഫോർവേഡ് പ്ലെയർ അച്ഛനായിരുന്നു. ഗ്യാലറിയിൽ ഇരിക്കുന്ന കാണികളുടെ ആർപ്പുവിളികളുടെ അകമ്പടിയോടെ അന്ന് തൃശ്ശൂർ നഗരം അച്ഛന് നൽകിയത് അന്നേവരെയുള്ള അച്ഛൻറെ വിജയങ്ങൾക്കുള്ള അംഗീകാരമായിരുന്നു. അച്ഛൻ അതിജീവിച്ച വെല്ലുവിളികളുടെ ഓർമ്മപ്പെടുത്തലുകളും കൂടിയായിരുന്നു അത്.

1972ലെ ഒളിമ്പിക് ഗെയിംസിൻറെ തുടക്കമായിരുന്ന പ്രീ-ഒളിമ്പിക്സ് 1972 ഗെയിംസിൽ അരങ്ങിലെത്തേണ്ട ഇന്ത്യൻ ദേശീയ ടീമിൻറെ പരിശീലന ക്യാമ്പിലേക്ക് സർവീസസ് ടീമിൽ നിന്നും രണ്ടുപേർ മാത്രമാണ് തിരഞ്ഞെടുക്കപ്പെട്ടത്. അതിലൊരാൾ അച്ഛനായിരുന്നു. മറ്റൊരാൾ എം ഇ ജി ബാംഗ്ലൂരിലെ സമ്പത്കുമാർ എന്ന കളിക്കാരൻ. അന്ന് ഇതിനായി അച്ഛന് ഭാഗ്യം ലഭിച്ചുവെങ്കിലും അത് അധികകാലത്തേക്ക് നീണ്ടുനിന്നില്ല. ഫുട്ബോൾ ഗ്രൗണ്ടിലെ പോരാളിയായ അച്ഛനെ ഈ തിരഞ്ഞെടുപ്പ് തേടി വന്നത് അച്ഛൻറെ പ്രകടനങ്ങൾ കൊണ്ടു മാത്രമായിരുന്നു. അന്ന് രാജ്യത്തിനുവേണ്ടി ടീം ജേഴ്സി അണിയാൻ അച്ഛന് കഴിയാതെ പോയത് അന്നുണ്ടായ പരിക്കുകൾ കാരണമായിരുന്നു. ക്യാമ്പിൽ നേരിടേണ്ടിവന്ന അതിതീവ്രമായ പരിശീലനങ്ങളെ നേരിടാനോ

അതിജീവിക്കാനോ അച്ഛന് അന്ന് പരിക്കുകൾ കാരണം കഴിയാതെ പോയി. ഒരുപക്ഷേ അന്നാ അവസ്ഥകളില്ലായിരുന്നുവെങ്കിൽ കേരളത്തിന് അഭിമാനകരമായ നേട്ടങ്ങൾ കളിയിലൂടെ ജന്മനാട്ടിൽ എത്തിക്കാൻ അച്ഛന് സാധിക്കുമായിരുന്നു. കളിയരങ്ങെന്നതും വിജയ പരാജയങ്ങളുടെ സമ്മിശ്ര

വേദിയാണല്ലോ!

ഇന്ത്യൻ എയർഫോഴ്സിൽ നിന്നും വിരമിക്കുന്നതിനു മുൻപായി അച്ഛൻ 1971–72 കാലയളവിൽ മദ്രാസ് നാഷണൽസ്- സന്തോഷ്

ട്രോഫിക്ക് വേണ്ടിയും കളിക്കുകയുണ്ടായി. ഈ കളിയായിരുന്നു അച്ഛൻറെ എയർഫോഴ്സിലെ സേവനം അടയാളപ്പെടുത്തുന്ന അവസാനത്തെ കാൽപന്തുകളി. വിരമിച്ചതിനു ശേഷം അച്ഛൻ അവിടെ നിന്നും മുറുകെ പിടിച്ചു കൊണ്ടു വന്നത് കാൽപന്തുകളിയെ തന്നെയായിരുന്നു. ഫുട്ബോളിന് ഒരു അന്ത്യം കുറിക്കാൻ അച്ഛൻ ജീവിതത്തിൽ എന്നും തയ്യാറായിരുന്നില്ല. അച്ഛൻ എവിടെയാണോ, അവിടെ അച്ഛന്റെ വിരൽത്തുമ്പ് പിടിച്ച് കാൽപന്തുകളിയും കൂടെ പോന്നിരുന്നു.

1973 വരെ എയർ ഫോഴ്സ് ജേഴ്സി അണിഞ്ഞതിനുശേഷം എയർഫോഴ്സിൽ നിന്ന് പിരിഞ്ഞ് ബാംഗ്ലൂർ എച്ച് എ എൽ ജീവനക്കാരനായി അച്ഛൻ തൻറെ ജീവിതമാർഗം തുടരുകയായിരുന്നു. 1974 മുതൽ 1984 വരെയുള്ള പത്തുവർഷക്കാലയളവിൽ മാറിയത് അച്ഛൻറെ ജേഴ്സിയുടെ നിറവും അച്ഛൻ പ്രതിനിധീകരിച്ച ടീമിൻറെ പേരും മാത്രമായിരുന്നു. പക്ഷേ ഫുട്ബോളിൽ അന്നും അച്ഛൻ മുന്നേറ്റനിരയിലെ അമ്പെയ്ത്തുകാരനായിനിന്ന് പോരാടുകതന്നെ ചെയ്തു. പ്രായം അച്ഛൻറെ പേശികളെ കൂടുതൽ കരുത്തുള്ളതാക്കിമാറ്റുകയേ ചെയ്തിരുന്നുള്ളൂ. എല്ലാ കാലത്തും അച്ഛന് ഫുട്ബോൾ രംഗത്ത് ലഭിച്ചിരുന്നത് ഒരുപോലെയുള്ള പിന്തുണയായിരുന്നില്ല.

ചിലയിടങ്ങളിൽ ഫുട്ബോൾ ഒരു അധികഭാരമായി ജോലിചെയ്യുന്നിടങ്ങളിലെ മറ്റു മേലുദ്യോഗസ്ഥർക്ക് തോന്നാതിരുന്നതുമില്ല. പക്ഷേ ഇവയൊന്നുംതന്നെ ഏതുകാലത്തും മനസ്സിനെ ബാധിക്കാൻ അച്ഛൻ അനുവദിച്ചിരുന്നില്ല. അന്നും എന്നും തൻ്റെ ആത്മാവിനോടും ജീവിതത്തോടും ചേർന്നു നിന്നിരുന്ന ഫുട്ബോൾ എന്ന ജീവിക്കാൻ ഒരു കാരണം കൂടിയായിമാറിയ ആ കളിയെ അച്ഛൻ കൂടുതൽ സ്നേഹിച്ചുകൊണ്ട് കൈവെടിയാതെ കൂടെ ചേർത്തുപിടിച്ചു.

എച്ച് എ എൽ ൽ ജോലി ചെയ്തിരുന്ന കാലയളവിൽ കേരളത്തിലെ ആറ് നഗരങ്ങളിലും തമിഴ്നാട്ടിലെ പത്തോളം നഗരങ്ങളിലും സംഘടിപ്പിക്കപ്പെട്ടിരുന്ന അഖിലേന്ത്യ തലത്തിലുള്ള പല ടൂർണമെൻ്റുകളിലും എച്ച് എ എൽ ബാംഗ്ലൂർ ടീമിൻ്റെ മികച്ച ഫോർവേർഡറായി അച്ഛൻ ശോഭിച്ചു. അന്ന് കൊയിലാണ്ടിയിൽ നിന്നെത്തിയ പ്രതിഭയുടെ പ്രകടനങ്ങൾ കാണാൻ എത്തിയ ജനക്കൂട്ടവും മീഡിയയും ഒരുപോലെതന്നെ അച്ഛൻ്റെ മേന്മയേറിയ പ്രകടനങ്ങൾക്ക് മാറ്റുകൂട്ടി. ചരിത്രംകുറിച്ചുകൊണ്ടേയിരുന്ന ആ ചുവടുകളെ അവരാരും വാഴ്ത്താനും മറന്നിരുന്നില്ല. ആ കാലയളവിൽ അച്ഛൻ കളിച്ച അഖിലേന്ത്യാ മത്സരങ്ങൾ ധാരാളമാണ്. 39ാം വയസ്സിലും മത്സരങ്ങളിലെ

മുഖ്യപങ്കാളിയായി അദ്ദേഹം മാറിയിരുന്നു. 1976ൽ ഏഷ്യൻ ഫുട്ബോൾ കോൺഫെഡറേഷൻ്റെ കീഴിൽ ഇന്ത്യൻ ദക്ഷിണ സംസ്ഥാന ടീമുകളും സിലോൺ ദേശീയ ടീമും കൊമ്പ് കോർത്ത സതേൺ പെൻ്റാങ്കുലർ ട്രോഫി ടൂർണമെൻ്റിൽ കർണാടക സ്റ്റേറ്റ് ടീമിനെ പ്രതിനിധീകരിച്ചുകൊണ്ട് മൈതാനത്തിറങ്ങിയ ബാംഗ്ലൂർ ഇലവൻ ടീമിൻ്റെ മിന്നുന്ന പ്രകടനം കാഴ്ചവച്ച ഫോർവേഡറും അച്ഛൻ തന്നെയായിരുന്നു. അച്ഛൻ ബാംഗ്ലൂർ ഇലവൻ ടീമിനുവേണ്ടി 1975ൽ ജർമൻ വാക്കർ ക്ലബ്ബിന് എതിരെ എക്സിബിഷൻ മാച്ചും കളിച്ചു.

"ലെഫ്റ്റ് ഔട്ട് കണാരനെ ഗ്രൗണ്ടിൽ ഇറക്കണം, അല്ലെങ്കിൽ ഞങ്ങൾ ഗ്രൗണ്ടിൽ ഇറങ്ങും" എന്ന് വിളിച്ചുപറഞ്ഞു കൊണ്ടിരുന്ന ജനക്കൂട്ടം കണ്ണൂർ മൈതാനിയിലെ കാഴ്ചയായിരുന്നു. അന്നാ മൈതാനത്ത് കളികാണാൻ എത്തിയ ആയിരങ്ങൾ ഒരേ സ്വരത്തിൽ ഇത് വിളിച്ചു പറഞ്ഞത് റിസർവ്വായി ഗ്രൗണ്ടിന് പുറത്ത് നിൽക്കുകയായിരുന്ന അച്ഛനെ കണ്ടുകൊണ്ടായിരുന്നു. അച്ഛനെ ഗ്രൗണ്ടിൽ ഇറക്കണം എന്നുള്ളത് അവരുടെയെല്ലാം വാശിയായിരുന്നു. അന്ന് അവിടെ ഗ്രൗണ്ടിൽ കാണികൾ കണ്ടത് കണ്ണൂരിൽ പണ്ട് സംഘടിപ്പിക്കപ്പെട്ടിരുന്ന ശ്രീനാരായണ സ്മാരക അഖിലേന്ത്യാ ഫുട്ബോൾ ട്രോഫി നേടിയ

ഇന്ത്യൻ എയർഫോഴ്സ് ടീമിൻറെ ശക്തനായ പോരാളിയായിരുന്ന ഫോർവേർഡറായി ജ്വലിച്ച അച്ഛനെ തന്നെയായിരുന്നു. 1974ൽ ആ മൈതാനിയിൽ വച്ച് തോൽവിയുടെ രുചിയെന്തെന്നറിഞ്ഞുകൊണ്ടിരുന്ന ടീമിനെ കാണികളുടെ അഭ്യർത്ഥന പ്രകാരം ഗ്രൗണ്ടിലേക്കിറങ്ങിയ അച്ഛൻ കിരീടമണിയിക്കുകയാണ് ചെയ്തത്. 1968ൽ അതേ ഗ്രൗണ്ടിൽ വച്ചായിരുന്നു ആ കഴിവുള്ള താരത്തിന്റെ കളിയുടെ സൗന്ദര്യം കാണികൾ തിരിച്ചറിയുന്നതും പതിറ്റാണ്ടിനിപ്പുറം ആ കളിക്കാരനെ തിരിച്ചറിഞ്ഞതും. ആ കളിക്കാരൻ ടീമിനെ വിജയത്തിലേക്ക് നയിക്കുമെന്ന് അച്ഛനിൽ അവർ വിശ്വാസമർപ്പിച്ചതും പണ്ട് മുദ്രകുത്തിവെക്കപ്പെട്ട അച്ഛൻറെ കളിയുടെ മേന്മ തന്നെയാണ്. ഇതൊക്കെതന്നെയും അച്ഛനു ഫുട്ബോൾ നൽകിയ സ്വർണ്ണ തിളക്കമുള്ള ഓർമ്മകളും.

കലാസാഹിത്യമേഖലകളിൽ കഴിവു തെളിയിക്കുന്ന ഒട്ടനവധി ആളുകളുടെ പേരുകൾക്കു മുന്നിൽ അവരുടെ സ്ഥലപ്പേര്കൂടി കൂട്ടിച്ചേർക്കാറുണ്ട്. കായിക മേഖലയിൽ തിളങ്ങിനിന്ന അച്ഛൻറെ പേരിനു മുന്നിലുമുള്ള അച്ഛൻറെ ആ സ്വന്തം നാടിൻറെ പേര് തൻറെ നാമത്തിനോട് മാത്രമല്ല അച്ഛൻ നെഞ്ചിനോട് ചേർത്തുപിടിക്കുകയും ചെയ്തിരുന്നു. സ്വന്തം ജന്മ സ്ഥലത്തെ സ്വന്തം

പേരിനു മുന്നിൽ ഒരു പൈതൃകമായി ചേർത്തുവച്ചുകൊണ്ട് കൊയിലാണ്ടി കണാരൻ എന്ന പേരിൽ അച്ഛൻ നെയ്തെടുത്ത സ്വപ്നച്ചിറകുകൾക്ക് ജീവൻ കൊടുത്തതും ഗ്രൗണ്ടിലെ പ്രകടനങ്ങൾ വിജയങ്ങളാക്കി മാറ്റിയതും കണാരൻ എന്ന ഫുട്ബോളറുടെ കഴിവ് തന്നെയാണ്. എച്ച് എ എൽ ൽ നിന്ന് വിരമിക്കുന്ന കാലം വരെയും അച്ഛൻ തൻറെ ബൂട്ടുകൾ മത്സരങ്ങൾക്കായി മുറുക്കിക്കെട്ടി. ബൂട്ടുകൾ വാരിക്കൂട്ടിയ എണ്ണമില്ലാത്ത വിജയങ്ങൾ അച്ഛൻറെ പേരിനൊപ്പം എന്നും വാഴ്ത്തപ്പെടുന്നവയുമാണ്. അച്ഛൻ പല മത്സരങ്ങൾക്കായി കളിച്ചത് ഒന്നര പതിറ്റാണ്ടുകളിലേറെയാണ്. കൃത്യമായി പറഞ്ഞാൽ പതിനാറു വർഷക്കാലം അച്ഛൻ വരകൾക്കുള്ളിലും ഗോൾവലയങ്ങൾ ഉന്നം വെച്ചും മൈതാനത്തിറങ്ങി. തന്റെ കാലുകൾക്കുള്ള മാന്ത്രിക ശക്തി ചുറ്റുമുള്ളവർ തിരിച്ചറിഞ്ഞ നിമിഷങ്ങളായിരുന്നു അവയെല്ലാം. പന്ത് എന്നതും കാൽപന്തുകളി എന്നതും അച്ഛൻറെ കൗമാര യൗവന സ്വപ്നവും യാഥാർത്ഥ്യവുമെല്ലാമായിരുന്നു.

2.കിനാക്കളെ പരുവപ്പെടുത്തുമ്പോൾ

1974 മുതൽ 1984 വരെയുള്ള ഒരു പതിറ്റാണ്ടുകാലമാണ് അച്ഛൻ എച്ച് എ എല്ലിന്റെ ടീമിൽ ഉണ്ടായത്. ഇന്ത്യൻ എയർഫോഴ്സിൽ നിന്ന് വിരമിക്കുന്ന കാലത്ത്തന്നെ പിന്നീട് വരുന്ന ടീമംഗങ്ങൾക്കായുള്ള പരിശീലനം അച്ഛൻ നൽകുകയും എയർഫോഴ്സിൽ നിന്ന് വിട്ടുപിരിയുകയാണെങ്കിൽപോലും ഇന്റർ സർവീസസ് മത്സരങ്ങൾക്കായി എയർഫോഴ്സ് ടീമിന്റെ പരിശീലകനായി പിന്തുണയ്ക്കണമെന്നുമുള്ള ആവശ്യങ്ങൾ അന്നുയർന്നുവന്നിരുന്നു. പക്ഷെ അന്ന് അച്ഛൻ പരിശീലകന്റെ പാതയല്ല, കളിക്കാരന്റെ പാത തന്നെയാണ് തിരഞ്ഞെടുക്കുന്നതും. 1984ൽ എച്ച് എ എൽ ഫുട്ബോൾ ടീമിൽ നിന്ന് കളിയരങ്ങൊഴിയുമ്പോൾ അതിനടുത്ത വർഷംതന്നെ ഒരു വർഷക്കാലത്തേക്കായി ആ ടീമിൻറെ കോച്ചായി മാറുക എന്ന ദൗത്യം ഏറ്റെടുക്കുന്നതിനായുള്ള അഭ്യർത്ഥന അച്ഛന് ലഭിക്കുകയുണ്ടായി. പരിശീലനം നൽകുക എന്നത് ഒരു കളിക്കാരനെ സംബന്ധിച്ചിടത്തോളം ഏറെ വ്യത്യസ്തമാർന്ന മറ്റൊരു അനുഭവമാണ്. കളിയരങ്ങിൽ

തന്നെയാണെങ്കിലും ഒരു കളിക്കാരനിൽ നിന്ന് ഒരു പരിശീലകനായി മാറുമ്പോൾ വ്യക്തിക്ക് വന്നുചേരുന്ന, അല്ലെങ്കിൽ അനുഭവപ്പെടുന്ന മാറ്റങ്ങൾ ഏറെയാണ്. അച്ഛൻ എന്ന കളിക്കാരന് നല്ലൊരു പരിശീലകനാവാനും സാധിച്ചു എന്ന് അച്ഛനു ചുറ്റുമുള്ളവർ തിരിച്ചറിഞ്ഞ നാളുകളാണ് പിന്നീടങ്ങോട്ട് പുലർന്നവയെല്ലാംതന്നെ. ജീവിതത്തിൽ അച്ഛൻ ഇതുവരെ കടന്നു പോയിട്ടുള്ള, അനുഭവിച്ച, ജീവിച്ചുതീർക്കുകതന്നെ ചെയ്ത നാളുകളിൽനിന്ന് മാറി മറ്റു വ്യത്യസ്താനുഭവങ്ങൾ അച്ഛനായി കാത്തുനിൽക്കുകയായിരുന്നു. എന്നും കാണികളെ ആവേശം കൊള്ളിച്ച വ്യക്തി മറ്റു വ്യക്തികളുടെ കളിജീവിതങ്ങളിൽ ചില പല മാറ്റങ്ങൾ കൊണ്ടുവരുന്നതിനും, അവരുടെ ഉള്ളിൽതന്നെ മറ്റുപല റോളുകളിൽ പ്രതിഷ്ഠിക്കപ്പെടുന്നതിനുമൊക്കെയാണ് പിന്നീടുള്ള ദിവസങ്ങൾ സാക്ഷ്യം വഹിച്ചത്.

1985ൽ അച്ഛൻ എച്ച് എ എൽ ടീമിൻ്റെതന്നെ പരിശീലകനായി മാറുകയാണ്. ഗ്രൗണ്ടിൽ ഇറങ്ങി, അപ്പോൾ തനിക്കുനേരെ വരുന്ന പ്രതിസന്ധികൾ എല്ലാംതന്നെ തരണം ചെയ്ത്, സാഹചര്യങ്ങൾക്കൊത്തുകളിച്ച്, എന്തൊക്കെ രീതികൾ സ്വീകരിച്ച് ടീമിനെ വിജയത്തിലേക്ക് എത്തിക്കണം എന്ന്തുടങ്ങി ഒരുപാട് കാര്യങ്ങളാണ് ഒരു കളിക്കാരൻ എന്ന നിലയിൽ ഗ്രൗണ്ടിനകത്തെ അച്ഛൻ്റെ

ചിന്തകൾ. പക്ഷേ, ഒരു പരിശീലകനായി മാറുമ്പോൾ അച്ഛന് ചെയ്തുതീർക്കേണ്ട കാര്യങ്ങൾ മിക്കതും ഒരു മത്സരം നടക്കുന്ന നേരത്തിനു മുന്നേയുള്ളവയായിരുന്നു. ഒരു മത്സരം നടക്കുന്ന സമയത്ത് കളിക്കാർക്ക് ആവശ്യമായതരത്തിലും, രീതിയിലും പ്രോത്സാഹനം നൽകുക, തന്ത്രങ്ങൾ മെനയുക, നിർദേശങ്ങൾ കൊടുക്കുക എന്നുള്ള കാര്യങ്ങളൊക്കെയും ഒരു പരിശീലകൻ ചെയ്യുന്നുവെങ്കിലും ആ ടീമിനെ വിജയത്തിലേക്ക് എത്തിക്കുന്നതിനായി തനിക്കുലഭിച്ച അനുഭവങ്ങളിൽ നിന്ന് പാഠം ഉൾക്കൊണ്ടും, ഈ കാലങ്ങളത്രയും സ്വയം കളിച്ച മത്സരങ്ങളിൽ നിന്നെടുത്ത, ടീമിന് പ്രയോജനമുള്ള നിർദ്ദേശങ്ങൾ ടീമംഗങ്ങൾക്ക് നൽകുകയും, അതിലുപരി തന്റെ കഴിവുകളും മികവുകളും ഒരു പരിശീലകൻ എന്ന നിലയിൽ കളിക്കാർക്ക് പകർന്നു കൊടുത്തുകൊണ്ട് അവരെ മേന്മയുള്ള കളിക്കാരാക്കി മാറ്റുകയുമൊക്കെ ചെയ്യുന്നതിലാണ് ഒരു പരിശീലകൻ തിളങ്ങിനിൽക്കുന്നത്. ഈ ശൃംഖലകളിലൂടെയൊക്കെ കടന്നു പോകുന്നത് മത്സരത്തിനു മുൻപ്, നിരന്തര പരിശീലനങ്ങളിലൂടെ കളിക്കാരെ ഒരുക്കുമ്പോൾതന്നെയാണ്. അച്ഛനും ഒരു പരിശീലകനായി മാറിയപ്പോൾ ഇക്കാര്യങ്ങൾക്കെല്ലാം തന്നെയായിരിക്കണം

പ്രാധാന്യം കൊടുത്തിട്ടുണ്ടാവുക. മത്സരങ്ങൾക്കായി തൻറെ ടീമിനെ സജ്ജീകരിക്കുന്ന പ്രവർത്തിയിൽ അച്ഛൻ ആ കാലയളവിൽ മുഴുകിയിരിക്കുകയായിരുന്നു.

1985ൽ കാൽപന്തുകളി ഇഷ്ടപ്പെടുന്ന, കാൽപന്തുകളി ഒരു ആവേശമായിത്തന്നെ നെഞ്ചിലേക്കേറ്റെടുത്ത കാണികൾ തങ്ങൾക്ക് ഏറ്റവും ഇഷ്ടമുള്ള കളിക്കാരുടെ മത്സരം കാണുന്നതിനായി ഗാലറിയിൽ ഒത്തുചേർന്നിരിക്കുകയാണ്. എന്നത്തേയും പോലെതന്നെ നൂറുകണക്കിനാളുകൾ കളി കാണുന്നതിനായി എത്തിയിരുന്നു. നാട്ടിൽ എവിടെയെങ്കിലും ഏതെങ്കിലുമൊരു ഗ്രൗണ്ടിൽ ചെറിയ ഫുട്ബോൾ മത്സരം നടക്കുന്നിടത്തുപോലും കാണികളായി ഒരുപാടുപേരെത്തുന്നത് ഒരു അസാധാരണസംഭവമൊന്നുമല്ല. ഫുട്ബോൾ എന്ന വികാരം അത്രയും ആഴത്തിലാണ് അതിനെ ഇഷ്ടപ്പെടുന്ന മനുഷ്യരുടെ ഉള്ളിൽ തിങ്ങി നിറഞ്ഞിട്ടുണ്ടാവുക. അന്ന് ബാംഗ്ലൂരിലെ ആ മൈതാനിയിലുമുണ്ടായിരുന്നത് നിറഞ്ഞു കവിഞ്ഞൊഴുകുന്ന ജനക്കൂട്ടമായിരുന്നു. അന്നവിടെ അണിനിരന്ന ഒരു ടീം, എച്ച് എ എല്ലിന്റേതായിരുന്നു. പല കളിക്കാരും ഗ്രൗണ്ടിൽ അണിനിരന്നപ്പോൾ അന്നവിടെ അച്ഛൻ എത്തിയിരുന്നത് കളിക്കാരനായിട്ടായിരുന്നില്ല. ടീമിൻറെ പരിശീലകനായിട്ടായിരുന്നു. തൊട്ടുപിറകിലുള്ള

വർഷം കളിക്കാരനായിട്ടാണ് അച്ഛൻ എച്ച് എ എല്ലിനുവേണ്ടി ഇറങ്ങിയിരുന്നത്.

അന്ന് മൈതാനത്ത് വ്യത്യസ്തമായ വേഷവും റോളുമായിരുന്നു അച്ഛന്. ആ മത്സരത്തിനെ നേരിടുന്നതിനായി തൻറെ ടീം സജ്ജമാണെന്ന് ഉറപ്പുവരുത്തുക മാത്രമല്ല, അന്ന് കളിയിൽ ഉടനീളം ഒരു പിന്തുണയായും നിർദ്ദേശകനായുമെല്ലാംതന്നെ തന്റെ ടീമിനെ പ്രോത്സാഹിപ്പിച്ചുകൊണ്ട് അച്ഛൻ കൂടെയുണ്ടായിരുന്നു. അന്ന് ആ മൈതാനിയിൽ സംഭവിച്ചതും ചരിത്രത്തിലേക്ക് പ്രത്യേകമായി എഴുതിച്ചേർക്കപ്പെട്ട ഒരു സംഭവമായിരുന്നു. അന്ന് അവിടെ എച്ച് എ എൽ ടീം വിജയകിരീടമണിയുകയാണുണ്ടായത്. താൻ ഒരുപരിശീലകന്റെ പാതയിൽ എത്തിയ ആദ്യവർഷംതന്നെ അച്ഛന് തൻറെ ടീമിനെ വിജയത്തോടടുപ്പിക്കാൻ സാധിച്ചു എന്നത് അച്ഛൻ എന്നും സന്തോഷത്തോടെ ഓർക്കുന്നു.

അച്ഛന് ആ വിജയത്തെക്കുറിച്ച് പറയാനുണ്ടായ കാര്യങ്ങൾ പക്ഷെ ഒരു പരിശീലകന്റെ എളിമയോടുകൂടിയ ഉത്തരമെന്ന് കാണാനേ നിർവ്വാഹമുള്ളൂ. ടീമംഗങ്ങൾ എല്ലാവരുംതന്നെ തന്നെക്കാൾ നല്ല കളിക്കാരായിരുന്നുവെന്നും തനിക്കവിടെ ചെയ്യാനുണ്ടായിരുന്ന കാര്യങ്ങൾ വളരെ ചെറുതായിരുന്നുവെന്നും പരിശീലകൻ എന്ന രീതിയിൽ താൻ ചെയ്ത കാര്യങ്ങളെക്കാൾ, കളിക്കാർ എന്ന രീതിയിലാ ടീം അംഗങ്ങൾ കാഴ്ചവച്ച പ്രകടനങ്ങൾക്കാണ് മുൻതൂക്കം

നൽകേണ്ടതെന്നുമൊക്കെയാണ് അച്ഛൻ അതിനെക്കുറിച്ച് ഓർത്തെടുക്കുന്നത്. ഗ്രൗണ്ടിൽ ഒരു ടീമിനായി അണിചേരുന്ന ടീം അംഗങ്ങളുടെ ആത്മവിശ്വാസത്തിനും പ്രകടനങ്ങൾക്കും വിജയങ്ങൾക്കുമെല്ലാം പുറകിൽ അവർക്ക് എന്നും പറയാനും ഓർക്കാനും ഒരു പരിശീലകന്റെ മുഖമുണ്ടാവും എന്നത് പകൽപോലെ സത്യമായ കാര്യം തന്നെയാണല്ലോ.

1985ൽ പാരന്റ് ഡിപ്പാർട്ട്മെന്റിലേക്ക് മാറിയതിനു ശേഷം 2005ൽ ആണ് അച്ഛൻ എച്ച് എ എല്ലിലെ തന്റെ സേവനം പൂർത്തിയാക്കി വിരമിക്കുന്നത്. ഏതൊരു വ്യക്തിക്കും ഒരു ജോലിയിൽനിന്ന് വിരമിക്കുന്നതിനുശേഷം ഉണ്ടാവാറുള്ളത് വിശ്രമജീവിതമായിരിക്കുമല്ലോ. പ പക്ഷെ അച്ഛന്റെ കാര്യത്തിൽ അത് അങ്ങനെയായിരുന്നില്ല. വിരമിച്ചതിന് ശേഷമുള്ള വിശ്രമജീവിതത്തിന്റെ ആകർഷണമേഖലയിൽ പെട്ടുപോകാൻ അച്ഛൻ ആഗ്രഹിച്ചിരുന്നില്ല എന്നു പറയുന്നതാവും കൂടുതൽ ശരി. വാർദ്ധക്യത്തിലേക്ക് കടക്കുന്ന സമയത്ത് ഏവർക്കും അനുഭവപ്പെടുന്ന വിരസതയിലേക്ക് സ്വയം താഴ്ന്നുപോകുന്നത് അച്ഛൻ ഒരിക്കലും തിരഞ്ഞെടുക്കാത്ത വഴിയായിരുന്നു. മടിയും, ഇനി തങ്ങൾക്ക് ഒന്നും ചെയ്യാനില്ലെന്നും, അതിനു മാനസികമായും ശാരീരികമായും കഴിവില്ലെന്നും ഓർക്കുന്നതുകൊണ്ടുമാത്രം

തളർച്ച അനുഭവിക്കുന്ന ജനതയുടെ ഒരു പ്രതിനിധിയായി മാറാൻ അച്ഛൻ ഒരുക്കമായിരുന്നില്ല. ജീവിതത്തിൽ അനുഭവപ്പെടുന്ന ഒരുതരം അപൂർണ്ണത നിറഞ്ഞ ഒരു കാലഘട്ടം വാർദ്ധക്യത്തിലൂടെ തനിക്കുതന്നെ സമ്മാനിക്കാൻ തയ്യാറാവാതെ അച്ഛൻ ചെറുപ്പത്തിൽ തൻ്റെ സ്വപ്നങ്ങളിൽ പ്രത്യക്ഷപ്പെടുമായിരുന്ന, തന്റെ ജീവിതംതന്നെയായി പിന്നീട് മാറിയ ഫുട്ബോളിനെ മാറോടണക്കുകയാണുണ്ടായത്. അച്ഛന് ഗ്രൗണ്ടിൽ ഏതൊക്കെയോ കാരണങ്ങൾ കൊണ്ട് തന്നെ ബന്ധിച്ചിരുന്ന കാൽപന്തുകളിയോട്, തന്നെ അതിൽനിന്ന് വേർപെട്ട് മാറി സഞ്ചരിക്കാൻ അനുവദിക്കണമെന്ന് ഒരിക്കൽ പോലും ആവശ്യപ്പെടാൻ ആഗ്രഹമുണ്ടായിരുന്നില്ല. കൂടെകൂട്ടിയ ഫുട്ബോളിനെ ഒരു കഴിഞ്ഞുപോയ കാലത്തിലെ ഓർമ്മയാക്കി മുന്നോട്ടു നീങ്ങുക എന്നത് ഒരു ഫുട്ബോളർ എന്ന നിലയിൽ അച്ഛന് ചിന്തിക്കാൻതന്നെ കഴിയുന്ന കാര്യമായിരുന്നില്ല.

തൻ്റെ വിശ്രമജീവിതത്തിലെ ആദ്യ നാളുകൾ അച്ഛൻ ഇന്നും ഓർത്തെടുക്കുന്നു. താൻ കളിച്ചുവളർന്ന, ഫുട്ബോളിലെ ആദ്യ പാഠങ്ങൾ പഠിച്ച ആ ഗ്രൗണ്ടിലേക്കുതന്നെയാണ് അച്ഛൻ തിരിച്ചെത്തിയത്. എന്നും തൻ്റെ പേരിനോട് മാത്രമല്ല, തൻ്റെ ഹൃദയത്തോടും ചേർത്തുപിടിച്ച ജന്മനാടിനെ അച്ഛൻ

അകമഴിഞ്ഞ് സ്നേഹിച്ചിരുന്നു. തൻ്റെ നാട്ടിലെ കുരുന്നുകൾക്ക് ഫുട്ബോളിന്റെ ലോകം കാട്ടിക്കൊടുത്തതിനും അവർക്ക് ഇഷ്ടമെങ്കിൽ അതിലേക്ക് എത്താൻ ഒരു പാത ഒരുക്കിക്കൊടുക്കുവാനും അച്ഛന് ആഗ്രഹമുണ്ടായിരുന്നു. താൻ കളിച്ച കളിമുറ്റത്ത് എന്നും കളിക്കാൻ എത്തുന്നവരെ ശ്രദ്ധയോടെ നിരീക്ഷിക്കാനും അതൊക്കെ കണ്ട് ആഹ്ലാദം കൊള്ളാനും അച്ഛൻ മറന്നില്ല. എന്നും കൊയിലാണ്ടിയിലെ ആ ഗ്രൗണ്ടിലെത്തുമ്പോൾ കടന്നുവന്ന വഴികളെറിച്ചാണ് അച്ഛൻ ഓർക്കാറുണ്ടായിരുന്നത്. ആ ഗ്രൗണ്ടിലെ മണ്ണിനും കാറ്റിനും ഫുട്ബോളിന്റെ മണമുണ്ടായിരുന്നു. അതൊക്കെ അനുഭവിക്കുമ്പോഴും ആ ഗ്രൗണ്ടിൽ നിൽക്കുമ്പോഴും താൻ എവിടെ നിന്നാണോ എല്ലാം തുടങ്ങിയത് അതിന്നും ഒരുപാട് കുരുന്നുകളെ കാത്ത് അവിടെത്തന്നെ നിൽക്കുന്നു എന്നൊരു തോന്നൽ അച്ഛന് അനുഭവപ്പെട്ടിട്ടുണ്ടാകും. കാലങ്ങൾക്ക് മുൻപ് തന്റെയും മറ്റു കളിക്കാരുടെയും കാലുകൾ പതിഞ്ഞ് പരന്ന ആ ഗ്രൗണ്ടിലെ നനഞ്ഞ മൺതരികൾ ഒരുപാടുപേരെ കാത്ത് ആ ഗ്രൗണ്ടിലപ്പോഴും ജീവനോടെ കാത്തിരിക്കുകയാണെന്ന് അച്ഛന് തോന്നിയിട്ടുണ്ടത്രേ! അച്ഛൻ്റെ പിന്നീടുള്ള ജീവിതത്തെ വിവരിച്ചതും കൊയിലാണ്ടിയിലെ ആ മൈതാനം തന്നെയായിരുന്നു.

എന്നും കാലത്ത് വീട്ടിൽനിന്നും അച്ഛൻ നേരത്തെതന്നെ ഗ്രൗണ്ടിലേക്കിറങ്ങുമായിരുന്നു. പ്രഭാതം പൊട്ടിവിടരുമ്പോൾ അച്ഛനും അന്ന് ചെയ്തുതീർക്കാനുള്ള കാര്യങ്ങളെക്കുറിച്ചുള്ള പ്ലാനുകൾ മനസ്സിൽ ഉണ്ടായിരിക്കും. പ്രഭാതസൂര്യന്റെ കിരണങ്ങളേറ്റു മിന്നുന്ന ആ മൈതാനിയിലെ സ്വർണ്ണനിറമണൽത്തരികൾ അച്ഛനെ എന്നും കാത്തു കിടന്നു. ചുറ്റിലുമുള്ള പച്ച വളർച്ചകൾ സൂര്യവെളിച്ചത്തെ ഒളിപ്പിച്ചുകൊണ്ട് കളിക്കാരെ സ്വാഗതം ചെയ്തു. അച്ഛൻറെ ഉള്ളിലെ കുളിർമയുടെ പ്രതിനിധികളായിരുന്നിരിക്കാം ആ പച്ചത്തളിരുകളൊക്കെത്തന്നെ. ആ മൈതാനത്തിൽവച്ച് അച്ഛൻ നാട്ടിലുണ്ടായിരുന്ന തല്പരരായ കുട്ടികളുടെ കളികൾ കാണുകയും അവർക്കുവേണ്ടരീതിയിലുള്ള പാഠങ്ങൾ പറഞ്ഞു കൊടുക്കുകയും ചെയ്തു. തൻറെ ശരീരത്തെയും മനസ്സിനെയും ആ രീതിയിലേക്ക് പാകപ്പെടുത്തിയെടുക്കാനും അച്ഛൻ വീഴ്ച കൂടാതെ തയ്യാറായി.

ഗ്രൗണ്ടിൽ എന്നും എത്തിയിരുന്ന അച്ഛൻ ആദ്യമൊന്നും ആരുടെയും ശ്രദ്ധയിൽപ്പെട്ടില്ല. ഗ്രൗണ്ടിലേക്ക് എത്തുമായിരുന്ന അച്ഛൻ അവിടെ, ആ നാട്ടിലുള്ള കുട്ടികൾക്ക് തനിക്കുകഴിയുന്ന രീതിയിലുള്ള പരിശീലനം നൽകുക എന്നതിനുമപ്പുറത്തേക്ക് മറ്റൊന്നും ചിന്തിച്ചിരുന്നില്ല എന്നതായിരുന്നു സത്യം. ഒരുപാട് കളിയനുഭവങ്ങളുണ്ടായിരുന്ന, കഴിഞ്ഞ കാലങ്ങളിലത്രേയും ഒരു മികവുറ്റ

കളിക്കാരനായി അരങ്ങിൽ തിളങ്ങിയിരുന്ന അച്ഛനും തന്റെ ഉള്ളിലെ അവശേഷിപ്പുകൾ പാകപ്പെടുത്തി അത് ഇനിവരുന്ന തലമുറയ്ക്ക് പകർന്നുകൊടുക്കുന്നതിൽ നിർവൃതി ഉണ്ടായിരുന്നു. തങ്ങളിലെ നല്ലതെല്ലാം തന്നെ മറ്റുള്ളവർക്കായി പകർന്നു കൊടുക്കുക, പങ്കുവെക്കുക എന്നതൊക്കെ എല്ലാവരാലും സാധിക്കുന്ന കാര്യങ്ങളുമല്ലല്ലോ!

ആ ഗ്രൗണ്ടിൽവച്ച്തന്നെയാണ് കൊയിലാണ്ടി ഗേൾസ് ഹയർ സെക്കൻഡറി സ്കൂളിലെ കായികാധ്യാപകനായിരുന്ന ജ്യോതികുമാർ മാഷിന് ഗ്രൗണ്ടിൽ എന്നും എത്തിയിരുന്ന അച്ഛനിൽ ശ്രദ്ധയാകർഷിക്കുന്നത്. അതിനോടകംതന്നെ നാട്ടുകാരുടെയും അച്ഛനെ അറിയാവുന്നവരുടെയും കായിക പ്രേമികളുടെയും ആരാധകരുടെയും കാഴ്ചയിൽ അച്ഛൻ പെട്ടിട്ടുണ്ടാവണം. അച്ഛനെ അന്നത്തെ ആ മികവുറ്റ കളിക്കാരനായി, മുന്നേറിയിരുന്ന താരമായി തിരിച്ചറിഞ്ഞ ക്ഷണത്തിൽത്തന്നെ ആ കായികാധ്യാപകൻ അച്ഛനെ സമീപിക്കുകയാണുണ്ടായത്. അച്ഛൻറെ കഴിവുകളെക്കുറിച്ച് കൃത്യമായ ബോധമുണ്ടായിരുന്ന ജ്യോതികുമാർ മാഷിന് മറുചിന്തയൊന്നുമില്ലാതെ അച്ഛനോട് ആവശ്യപ്പെടാനൊരു കാര്യം കൂടെയുണ്ടായിരുന്നു. കൊയിലാണ്ടി ഗേൾസ് ഹയർ സെക്കൻഡറി സ്കൂൾ കുട്ടികൾക്കായി ഫുട്ബോൾ പരിശീലനം

നൽകണമെന്നതായിരുന്നു അത്. തൻറെ വിദ്യാർഥികളെ പരിശീലനത്തിനായി ഏൽപ്പിക്കാൻ മറ്റാരെയും തിരഞ്ഞെടുക്കുന്നതിനെക്കുറിച്ച് മാഷോർത്തതുപോലുമില്ല. അവർക്ക് കിട്ടാവുന്നതിൽ ഏറ്റവും മികച്ച പരിശീലകൻ അച്ഛനായിരിക്കുമെന്നുള്ള ഉറച്ചവിശ്വാസം മാത്രമല്ലാതെ അച്ഛൻറെ കഴിവുകളെയും അദ്ദേഹം ബഹുമാനിക്കുകതന്നെ ചെയ്തിരുന്നു.

ജ്യോതികുമാർ മാഷിൻറെ ആവശ്യത്തിന് മുന്നിൽ അതിനോട് പെട്ടെന്ന് സമ്മതമറിയിക്കാൻ അച്ഛന് കഴിഞ്ഞിരുന്നില്ല. ഒരു സ്കൂളിലെ ഒരുകൂട്ടം കുട്ടികളുടെ പരിശീലകനായിട്ടുള്ള അനുഭവം അച്ഛന് അതുവരെ ഉണ്ടായിരുന്നില്ല. അവരെ ഫുട്ബോൾ പരിശീലിപ്പിക്കുന്നതുമായി ബന്ധപ്പെട്ട ആശയക്കുഴപ്പങ്ങൾ അച്ഛനാദ്യം ഉണ്ടായിരുന്നു. തന്നെത്തന്നെയിതിനായി തിരഞ്ഞെടുക്കേണമോ എന്നുള്ള ചോദ്യം അച്ഛൻ മാഷിനോട് ചോദിക്കാതെയുമിരുന്നില്ല. അച്ഛനെപ്പോലൊരു കളിക്കാരൻ, ഒരു മികവുറ്റ പരിശീലകൻതന്നെ അവർക്ക് വേണം എന്നതിൽ മാഷ് ഉറച്ചുനിൽക്കുകയും ചെയ്തു. അതിനവസാനം അവരുടെ നിർബന്ധത്തിന് മറുചോദ്യങ്ങളൊന്നുമില്ലാതെ വഴങ്ങേണ്ടിവന്നു. താൻ ഇതുവരെ നിർവഹിച്ചിട്ടില്ലാത്ത ഒരു ഉത്തരവാദിത്വത്തിലേക്ക് ആ ദിവസം മുതൽ അച്ഛൻ സ്വയം അർപ്പിക്കുകയായിരുന്നു.

കൊയിലാണ്ടി ഗേൾസ് ഹയർ സെക്കൻഡറി സ്കൂളിന്റെ ഫുട്ബോൾ ടീം പരിശീലകനായി മാറുമ്പോൾ അതെങ്ങനെയാണ് നിർവഹിക്കേണ്ടത് എന്നതിനെക്കുറിച്ച് ധാരാളം ചോദ്യങ്ങൾ അച്ഛൻറെ മനസ്സിൽ ഉണ്ടായിരുന്നു. ആദ്യദിനം പരിശീലനത്തിനായി എത്തുമ്പോൾ എച്ച് എ എല്ലിൽ താൻ കളിക്കാരെ പരിശീലിപ്പിച്ച വഴികളും തന്ത്രങ്ങളും ഇവിടെ പ്രയോജനപ്പെടില്ലെന്ന ഉത്തമബോധ്യവും അച്ഛനുണ്ടായിരുന്നു. താൻ കുരുന്നുകളെയും അവരുടെ ചുവടുകളെയും പകവതയോടെ പാകപ്പെടുത്തേണ്ടിയിരിക്കുന്നു എന്നുള്ള തിരിച്ചറിവും അത് എങ്ങനെയെങ്കിലും നിർവഹിക്കണം എന്ന ചിന്തയും അച്ഛൻ മനസ്സിൽ കൊളുത്തിവെച്ചു. ഫുട്ബോൾ കളിക്കാരായിത്തന്നെ തന്റെ മുന്നിലെത്തിയ കളിക്കാർക്കായി താൻ ചെയ്തതിൽവച്ച് ഒട്ടനവധി കാര്യങ്ങൾ ഈ കുട്ടികളുടെ കാര്യത്തിൽ തനിക്ക് ചെയ്യേണ്ടതുണ്ടെന്നും അതു തന്നെയാണ് യഥാർത്ഥത്തിൽ വിലയേറിയതെന്നും അച്ഛൻ ഓർത്തിരുന്നു. അനേകം കുട്ടികളുടെ ഫുട്ബോളിലെ ചുവടുറപ്പിക്കാൻ പിന്നീട് സാധിച്ച, അതിലേക്കുള്ള ഒരു തുടക്കത്തിലേക്കാണ് താൻ നീങ്ങുന്നത് എന്ന് അച്ഛൻ അന്ന് ഓർത്തുകാണില്ല.

ഒരു പരിശീലകന് എന്നും ഊർജ്ജം നൽകുന്നത് ആ പരിശീലനത്തിന്റെ ആവശ്യവും വിലയും അറിഞ്ഞ് എന്നും

ഉന്മേഷഭരിതരായി ഗ്രൗണ്ടിലേക്കെത്തുന്ന കുട്ടികൾ തന്നെയാണ്. സ്കൂളിൽ അച്ഛന് ലഭിച്ചതും അത്തരം കുട്ടികളെത്തന്നെയായിരുന്നു. പഠനത്തിനോടൊപ്പംതന്നെ കായികരംഗത്തും കഴിവുള്ളവരായി വളരാൻ, അതിലേക്ക് അതിയായ താല്പര്യം കാണിച്ച കുട്ടികളുടെ കൂട്ടം എന്നും അച്ഛന് ഗ്രൗണ്ടിലേക്കെത്താനുള്ള കാരണമായി മാറുകയാണുണ്ടായത്. പരിശീലനം അതത്രയും ആവശ്യമുള്ള, അർഹിക്കുന്നവർക്ക് വേണ്ടിത്തന്നെയാണ് താൻ നിർവഹിക്കുന്നത് എന്നും അച്ഛന് തോന്നിയിരുന്നു. പല കാരണങ്ങൾകൊണ്ട് വേണ്ടവിധത്തിലുള്ള അവസരങ്ങളും സൗകര്യങ്ങളും ലഭിക്കാതിരുന്ന പെൺകുട്ടികളിൽ ഒരുപാട് ഭാവി കളിക്കാരെ അച്ഛന് കാണാമായിരുന്നു. അവരുടെ കഴിവുകളെയും പരിമിതികളെയും വെല്ലുവിളികളെയും ആഗ്രഹങ്ങളെയുമൊക്കെത്തന്നെ മനസ്സിലാക്കാൻ അച്ഛന് തുടക്കത്തിൽത്തന്നെ സാധിച്ചു.

അച്ഛൻ തൻറെ അറുപതാം വയസ്സിലും ഗ്രൗണ്ടിലേക്കിറങ്ങി കുട്ടികളെ പരിശീലിപ്പിക്കുന്നതിൽ ഊർജ്ജസ്വലനായിത്തന്നെ നിലകൊണ്ടു. 2014 മുതൽ 2019 വരെയുള്ള കാലയളവിലാണ് അച്ഛൻ കൊയിലാണ്ടി ഗേൾസ് ഹയർ സെക്കൻഡറി സ്കൂളിൽ ഫുട്ബോൾ

പരിശീലനം നൽകിപ്പോന്നത്. അച്ഛൻ അത്യധികം കൃത്യതയോടെയും മികവോടെയുമാണ് അവിടുത്തെ കുട്ടികൾക്ക് പരിശീലനം നൽകിയത്. നാളെയുടെ അറിയപ്പെടുന്ന കളിക്കാരായി അവരിൽ ചിലരെങ്കിലും മാറുമെന്നതിൽ പരിശീലന കാലയളവിൽ അച്ഛന് സംശയങ്ങളൊന്നുമില്ലായിരുന്നു. അച്ഛൻറെ പരിശീലനത്തിലൂടെ ലഭിച്ച ആത്മവിശ്വാസം കൊണ്ടുതന്നെയാവണം ആ സ്കൂളിലേക്ക് ഒരുപാട് വിജയങ്ങൾ എത്തിച്ചേർന്നതും. അച്ഛൻ ആ സ്കൂളിൽ പരിശീലകനായിത്തുടർന്നത് ആറ് വർഷക്കാലമായിരുന്നു. ആറു വർഷം കൊണ്ടുതന്നെ എട്ടോളം പെൺകുട്ടികളെ ദേശീയതലത്തിൽ മത്സരിപ്പിക്കാൻപോന്ന ശേഷിയുണ്ടായിരുന്നു ആ പരിശീലനത്തിന്. അച്ഛനു ചുറ്റുമുള്ളവർക്കും ആത്മവിശ്വാസം നൽകുന്ന രീതിയിലുള്ള പരിശീലനമികവുകൊണ്ടുതന്നെ ധാരാളം പ്രശംസകൾ ആ കാലയളവിൽ അച്ഛനെത്തേടിയെത്തിയിരുന്നു.

ആ വർഷങ്ങളിൽ അച്ഛൻറെ ചിട്ടയായ പരിശീലനത്തിലൂടെ വിജയത്തിലേക്കടുത്ത ധാരാളം കുട്ടികളുണ്ട്. കൊയിലാണ്ടി ഗവൺമെൻറ് ഗേൾസ് ഹയർ സെക്കൻഡറി സ്കൂളിലെ പെൺകുട്ടികളുടെ ഫുട്ബോൾ ടീമിൻറെ വിജയങ്ങൾ അച്ഛൻറെ വിജയങ്ങൾ കൂടിയാണെന്നതിൽ സംശയമില്ല. ആ

സ്കൂളിലെത്തന്നെ കൃഷ്ണപ്രിയ എന്ന വിദ്യാർത്ഥിനി 2018ൽ ഏവരും അത്യധികം ആഗ്രഹത്തോടെ നോക്കികണ്ട കേരള ഫുട്ബോൾ അസോസിയേഷന്റെ കേരളത്തിലെ മികച്ച ജൂനിയർ പ്ലേയർ എന്ന ബഹുമതി കൊയിലാണ്ടി ഗവൺമെൻറ് ഗേൾസ് ഹയർ സെക്കൻഡറി സ്കൂളിലേക്ക് എത്തിക്കുകയുണ്ടായി. അച്ഛന് പരിശീലകൻ എന്ന നിലയിൽ ഏറ്റവുമധികം സന്തോഷവും അഭിമാനവും നേടിക്കൊടുത്ത നിമിഷങ്ങളായിരുന്നു അത്. അച്ഛൻ എന്നും എടുത്തു പറയാറുള്ള ഒട്ടനവധി പേരുകൾ ഇനിയുമുണ്ട്. അർച്ചന, ശിവന്യ, അമേയ, അമൃത, സ്വാതി കൃഷ്ണ, ദിയ തുടങ്ങിയവരെല്ലാവരുംതന്നെ അച്ഛൻറെ കീഴിൽ അവരുടെ ചുവടുകൾ ഉറപ്പിച്ച്, മുന്നേറി, അച്ഛന് പേരും പ്രശസ്തിയും നേടിക്കൊടുത്തവരാണ്. ശിവന്യ കേരളത്തെ പ്രതിനിധാനംചെയ്തു കളിച്ച സബ് ജൂനിയർ ടീമിൻറെ ഗോൾ കീപ്പറായി തിരഞ്ഞെടുക്കപ്പെട്ട വിദ്യാർത്ഥിനിയാണ്. കൃഷ്ണപ്രിയ കഴിഞ്ഞ വർഷം കേരള സ്റ്റേറ്റ് ടീമിനു വേണ്ടി ജേഴ്സിയണിഞ്ഞിരുന്നു. ഇപ്പോഴും പല മത്സരങ്ങളിലും പങ്കെടുക്കുകയും വിജയിയാവുകയും ചെയ്യുന്നതിനെക്കുറിച്ച് അച്ഛൻ ഒരുപാട് അഭിമാനത്തോടെ ഓർക്കുന്നു.

തൻറെ പ്രായം, കുട്ടികൾക്ക് കൊടുത്തിരുന്ന പരിശീലനത്തെ ഒട്ടുംതന്നെ ബാധിക്കാൻ

അച്ഛൻ സമ്മതിച്ചിരുന്നില്ല. കൊയിലാണ്ടി ഗവൺമെൻറ് ഗേൾസ് ഹയർസെക്കൻഡറി സ്കൂളിലെ വിദ്യാർഥികൾക്കുമാത്രമല്ല, ഗവൺമെൻറ് വൊക്കേഷണൽ ഹയർ സെക്കൻഡറി സ്കൂളിലെ കുട്ടികൾക്കും അച്ഛൻ പരിശീലനം നൽകി പോന്നിരുന്നു. ഗേൾസ് സ്കൂളിലെയും ബോയ്സ് സ്കൂളിലെയും കുട്ടികൾക്ക് സന്തോഷത്തോടെ ഓർത്തെടുക്കാനുള്ള ഓർമ്മകളുടെകൂടെ കളിയരങ്ങിൽ അച്ഛൻ എന്ന പരിശീലകന്റെ മുഖവുമുണ്ടായിരിക്കും. അതുകഴിഞ്ഞും താൻ കളിച്ചുവളർന്ന ഗ്രൗണ്ടിൽ ഒട്ടേറെ കുരുന്നുകൾക്ക് പരിശീലനം നൽകാൻ അച്ഛൻ എന്നും ഉന്മാദത്തോടെ പോയിരുന്നു. പ്രായവും മറ്റാരോഗ്യപ്രശ്നങ്ങളും കാരണം ഇതിൽ നിന്നൊക്കെ മാറി നിൽക്കേണ്ട സാഹചര്യമുണ്ടായകാലം വരെയും അച്ഛൻ മികച്ച ഒരു കളിക്കാരനും പരിശീലകനും ഒക്കെയായി കളിയരങ്ങളിൽ തിളങ്ങിക്കൊണ്ടേയിരുന്നു.

3. ഗോൾവലയ്ക്കപ്പുറത്തെ ജീവിതവലയം.

പരിശീലിപ്പിച്ച ഏതൊരു വ്യക്തിയിലും വളരെയധികം സ്വാധീനം ചെലുത്തിയ ഒരു പരിശീലകൻ തന്നെയാണ് അച്ഛൻ എന്ന് സംശയങ്ങൾ ഒന്നുംതന്നെ ഇല്ലാതെ പറയുവാൻ സാധിക്കും. ഒരു വ്യക്തിയെ ഏതൊരു മേഖലയിലും വളർത്തിക്കൊണ്ടു വരിക എന്നത് വളരെ ശ്രദ്ധയോടെ പാകപ്പെടുത്തിയെടുക്കേണ്ട ഒരു പ്രക്രിയയാണ്. ഒരു പരിശീലകൻ അത്തരം

അനവധി പേരെയാണ് വളർത്തിയെടുക്കുന്നത്. ഒരു കളിക്കാരനായിരിക്കുമ്പോൾ ഒരാളുടെ തോൽവി എന്നത് അയാളുടെതന്നെയും അയാളുടെ ടീമിന്റെയോ അയാൾ പ്രതിനിധാനം ചെയ്യുന്ന ഒന്നിന്റെയോ തോൽവി ആയിരിക്കും. എന്നാൽ ഒരു പരിശീലകൻ നിർവഹിക്കേണ്ട കാര്യങ്ങളിൽ പരാജയപ്പെട്ടുപോയാൽ അത് നാളത്തെ സമൂഹത്തിലെ പ്രതിനിധികളോട്, അവരുടെ കഴിവിനോടും ഭാവിയോടും ചെയ്യുന്ന വലിയ തെറ്റായി മാറുകയും ചെയ്യും. അവിടെ പരിശീലകന്റെ സ്വകാര്യമായ താല്പര്യങ്ങൾക്ക് ഇടമില്ല എന്ന് മാത്രമല്ല ആ പരിശീലനത്തിലൂടെ വളർന്നു വരികയും ഭാവിയിൽ രാജ്യത്തിനോ നാടിനോ ഒക്കെ അഭിമാനമായി വളരാവുന്ന തലമുറയ്ക്കു കൊടുക്കുന്ന ഉറപ്പു കൂടിയാണ് പരിശീലനം. ഒരു പരിശീലകനുതന്നെ അദ്ദേഹം വ്യത്യസ്ത ഇടങ്ങളിൽ ആയിരിക്കുമ്പോൾ വ്യത്യസ്ത രീതികളായിരിക്കും സ്വീകരിക്കേണ്ടി വരിക. അത് ഇടങ്ങൾക്കനുസരിച്ചും സന്ദർഭങ്ങൾക്കനുസരിച്ചും ആളുകൾക്കനുസരിച്ചും അവരുടെ കഴിവുകളോ പ്രായമോ ഒക്കെ അനുസരിച്ചും മാറുന്നു. എച്ച് എ എൽ ടീമിനെ പരിശീലിപ്പിക്കുമ്പോൾ അച്ഛൻ എങ്ങനെയാണോ തൻറെ പരിശീലന രീതികളിലൂടെ കടന്നുപോയതും തൻറെ കൂടെയുള്ളവരെ അതിലൂടെയൊക്കെ

കൊണ്ടുപോയതും, അതിൽ നിന്ന് വളരെ വ്യത്യസ്തമായിരുന്ന രീതികളിലായിരുന്നു അച്ഛൻ കൊയിലാണ്ടി ഗവൺമെൻറ് ഗേൾസ് ഹയർ സെക്കൻഡറി സ്കൂളിലെ തന്റെ പരിശീലനം തുടർന്നു കൊണ്ടുപോയത്. അച്ഛൻ രണ്ടിടങ്ങളിലും സ്വീകരിച്ച വഴികളും വ്യത്യസ്തമായിരുന്നു.

എച്ച് എ എൽ ടീമിനെ പരിശീലിപ്പിക്കുമ്പോൾ അച്ഛൻ ഉണ്ടായിരുന്നത് കളിച്ച് ചുവടുറച്ച, ധാരാളം കളികൾ അതിനുമുൻപും കളിച്ച കളിക്കാർക്കൊപ്പമായിരുന്നു. അവിടെ അവരെ അടിസ്ഥാന തത്വങ്ങളും മറ്റും നൽകി, ഫുട്ബോളിലേക്ക് കടന്ന്, അത് കളിച്ചു തുടങ്ങുമ്പോൾ ഒരാൾക്ക് ലഭിക്കേണ്ട പാഠങ്ങളൊക്കെ പകർന്നു കൊടുക്കേണ്ടതില്ലായിരുന്നു. തനിക്ക് കിട്ടിയ കളിക്കാർ എല്ലാവരുംതന്നെ അതിലൂടെയൊക്കെ കടന്നുപോയി, നല്ല മികവുള്ള ആളുകളായാണ് തനിക്കു മുന്നിൽ നിൽക്കുന്നത് എന്നുള്ള ബോധം അച്ഛനുണ്ടായിരുന്നു. അവിടെ അച്ഛനുണ്ടായിരുന്ന റോൾ വളരെ വ്യത്യസ്തമായ ഒന്നായിരുന്നു. നല്ല കളിക്കാരുടെ ആ ടീമിനെ എങ്ങനെ കൈകാര്യം ചെയ്യുന്നു എന്നതിലായിരുന്നു കാര്യം. ടീം അംഗങ്ങളെ ഒരുപോലെ കണ്ട് അവരുടെ കളിയുമായി ബന്ധപ്പെട്ട

കാര്യങ്ങളും രീതികളും മികവുകളും പോരായ്മകളും മനസ്സിലാക്കി, അതിനനുസരിച്ച് തീരുമാനങ്ങളെടുക്കാനുള്ള ഭാരിച്ച ഉത്തരവാദിത്വം അച്ഛനുണ്ടായിരുന്നു. അവിടെ ആഴമായ തിരുത്തലുകൾക്കോ അഴിച്ചുപണികൾക്കോ സ്ഥാനമുണ്ടായിരുന്നില്ല. ഒരു ടീമിനെ മൊത്തത്തിൽ നിയന്ത്രിക്കുന്നതു മാത്രമല്ല, ഓരോ കളിക്കാരെയും കൈകാര്യം ചെയ്യുന്നതിനായുള്ള വൈദഗ്ധ്യം അച്ഛൻ ആർജ്ജിച്ചെടുക്കേണ്ടതു മുണ്ടായിരുന്നു. വിജയത്തിലേക്ക് എത്തിക്കാനായി കളിക്കാർക്ക് ആവശ്യമായ പ്രോത്സാഹനം നൽകുന്നതിനോടൊപ്പംതന്നെ അച്ചടക്കവും ചിട്ടയായ പരിശീലനങ്ങളും നൽകുക എന്നത് ആ യാത്രയിൽ ഉടനീളം അച്ഛൻ സ്വീകരിച്ചുപോന്നിരുന്നു. സെൻസിറ്റീവായ വിഷയങ്ങളിലും സന്ദർഭങ്ങളിലുംപോലും ഒരു ടീമിനെ എങ്ങനെ മുന്നോട്ടു കൊണ്ടുപോകുന്നു എന്നത് ഒരു പരിശീലകന്റെ മികവാണ്. ഓരോ അംഗങ്ങളോടും എങ്ങനെ പെരുമാറണം, ഏതു വഴി സ്വീകരിക്കുമ്പോഴാണ് അത് ടീമിന് ഗുണമുള്ളതായി മാറുക എന്നതിൽതുടങ്ങി ഒട്ടേറെ കാര്യങ്ങൾ അച്ഛൻ എച്ച് എ എല്ലിന്റെ പരിശീലകൻ എന്ന നിലയിൽ ശ്രദ്ധിച്ചിരുന്നു. ഇതൊക്കെയുംതന്നെ ടീമിൻറെ വിജയത്തിനെ നല്ല രീതിയിൽ സ്വാധീനിച്ചിരിക്കുമെന്നതും പറഞ്ഞു വെക്കേണ്ടതുണ്ട്.

കൊയിലാണ്ടി ഗവൺമെൻറ് ഗേൾസ് ഹയർ സെക്കൻഡറി സ്കൂളിലെ കുട്ടികളെ പരിശീലിപ്പിച്ച വർഷങ്ങളിൽ അത്രയുംനാൾ എച്ച് എ എൽ ടീമിനെ പരിശീലിപ്പിച്ചിരുന്ന ആ ദിശയിലേക്കല്ല അച്ഛൻറെ രീതികൾ നീങ്ങിയിരുന്നത്. ഇവിടെ അച്ഛന് ചെയ്തു തുടങ്ങാനായി ഒട്ടേറെ കാര്യങ്ങൾ ഉണ്ടായിരുന്നു. കാൽപന്തുകളിയെക്കുറിച്ച് അറിയുന്നവരും അതിനോട് താല്പര്യം ഉള്ളവരുമാണെങ്കിൽപോലും തങ്ങളുടെ ആദ്യ ചുവടുകൾ വച്ചു തുടങ്ങുന്നവരായിരുന്നു അവിടെ പരിശീലനം ലഭിക്കാനെത്തിയ കുട്ടികൾ. അധികം കളിയരങ്ങുകൾ കാണാത്ത കാലുകളെ കളിയരങ്ങുകളിൽ പോരാടുന്നതിനായി ബലപ്പെടുത്തി എടുക്കുക എന്നത് അച്ഛന് പുതുമയുള്ള ഒരു അനുഭവമായിരുന്നു. ന്യായമായ കളി എന്താണെന്നും ഒരു ഫുട്ബോൾ ഉയർത്തിപ്പിടിക്കേണ്ട കാൽപന്തുകളിയുമായി ബന്ധപ്പെട്ട മൂല്യങ്ങൾ എന്തൊക്കെയാണെന്നുമൊക്കെ പകർന്നു കൊടുക്കേണ്ട ഉത്തരവാദിത്വം ഒരു പരിശീലകൻ എന്ന നിലയിൽ അച്ഛനുണ്ടായിരുന്നു. അവരെ ആത്മവിശ്വാസമുള്ള കളിക്കാരാക്കി മാറ്റുന്നതിനു മുന്നോടിയായി കൊടുക്കേണ്ട ബാലപാഠങ്ങളും ധാരാളമായിരുന്നു. ഒരു പരിശീലകന് ഒരാളുടെ ഭാവിയെത്തന്നെ

വാർത്തെടുക്കാനാവുംവിധം ചെറിയ പ്രായത്തിലുള്ള, കളിയരങ്ങളിൽ പിച്ചവച്ച് തുടങ്ങുന്ന അനേകം വിദ്യാർത്ഥികളെ വഴിതെളിച്ച് നയിക്കാനുള്ള ഉദ്യമമാണ് അന്ന് അച്ഛനുണ്ടായിരുന്നത്. അച്ഛൻ പരിശീലകനായി എത്തുന്നതിന് മുൻപ് തന്നെ കളിക്കാരായിരുന്ന എച്ച് എ എല്ലിലെ അംഗങ്ങളിൽനിന്നും അതുകൊണ്ടുതന്നെ വ്യത്യസ്തരായിരുന്നു സ്കൂളിലെ കുട്ടികൾ. അവർ കളിക്കാരായി തീർന്നത് അച്ഛൻറെ പരിശീലനത്തിലൂടെയായിരുന്നു. എന്നും മനസ്സിൽ അവർ വിജയചിന്ത ഉയർത്തിപ്പിടിച്ചവരായിരുന്നു. അതിൻറെ വിത്തുകൾ പാകിയതാകട്ടെ പരിശീലകനായ അച്ഛനും.

ഗ്രൗണ്ടിൽ എന്നും അച്ഛന് നേരത്തെതന്നെ എത്തുന്ന പതിവുണ്ടായിരുന്നു. രാവിലെ പൊട്ടി വിടരുന്ന വെളിച്ചത്തിനൊപ്പം അച്ഛൻറെ അന്നത്തെ പരിശീലനപാഠങ്ങളും എന്നും ആരംഭിക്കുമായിരുന്നു. തികഞ്ഞ അച്ചടക്കം പാലിക്കുന്നത് അച്ഛന് എന്നും നിർബന്ധമുള്ള കാര്യമായിരുന്നു.

കൃത്യസമയത്ത് എത്തിച്ചേരുക, അന്നന്നത്തെ പരിശീലനപാഠങ്ങൾ കൃത്യമായി ഉൾക്കൊള്ളുക, ഒരു ലക്ഷ്യം മനസ്സിലുറപ്പിച്ചു അതിലേക്ക് ആത്മസമർപ്പണം നടത്തി മുന്നേറുക, കളിയെ ബഹുമാനിക്കുക തുടങ്ങി അച്ഛൻ ജീവിതത്തിൽ പിന്തുടർന്ന് പോന്നിരുന്നതെല്ലാംതന്നെ അച്ഛൻറെ

പരിശീലനത്തിലൂടെ വിദ്യാർത്ഥികളും പാലിച്ചു പോന്നിരുന്നു. ഗ്രൗണ്ടിൽ എത്തിയാൽ ഉടൻതന്നെ അച്ഛൻ അവരുടെ വിരൽ നഖങ്ങൾ പരിശോധിക്കുമായിരുന്നു എന്ന് അച്ഛൻ പറഞ്ഞു കേട്ടിട്ടുണ്ട്. അത് അവരുടെ സ്വകാര്യമായ ഇഷ്ടങ്ങളെ ബഹുമാനിക്കാതെ നടത്തിയിരുന്ന ആചാരങ്ങളായിരുന്നില്ല. നഖം കൊണ്ട് കളിക്കിടയിൽ മുറിവേൽക്കാനും വേഗമേറിയ മുന്നേറ്റങ്ങൾക്കിടയിൽ മറ്റൊരാൾക്ക് പരിക്കേൽക്കാനും, അത് ഗൗരവമുള്ള പ്രശ്നമായി മാറാനുമൊക്കെ സാധ്യതയുള്ള കാര്യമായതുകൊണ്ടു പിന്തുടർന്നവയായിരുന്നു അവയെല്ലാം. അങ്ങനെ പരിശീലനത്തിനിടയ്ക്ക് വളരെ ചെറിയവയിൽതുടങ്ങി എല്ലാ കാര്യങ്ങളിലും അച്ഛൻറെ കണ്ണെത്തുമായിരുന്നു. ഗ്രൗണ്ടിനു വെളിയിൽ പക്ഷെ അച്ഛൻ കർക്കശക്കാരനായ പരിശീലകൻറെ രൂപം അഴിച്ചു വെച്ചു കൊണ്ട് തൻറെ വാർദ്ധക്യകാലത്തും അവർക്കൊരു സുഹൃത്തിനെപോലെയാണ് കുട്ടികളോട് കൂട്ടുകൂടിയിരുന്നത്. ഇന്നും തങ്ങളുടെ നേട്ടങ്ങൾ അറിയിക്കുവാനായുംമറ്റും അച്ഛനെ തേടിയെത്തുന്ന കുട്ടികൾക്ക് പറയാനുള്ളതും ഇത്തരം പരിശീലനകാലത്തെ കഥകൾ തന്നെയാണ്. താൻ പരിശീലനത്തിലൂടെ വാർത്തെടുക്കുന്നത് ഭാവിയിൽ തൻറെ നാടിനെയും ഈ നാട് കായിക രംഗത്തിനായി കരുതിവച്ചിരിക്കുന്ന അനേകം

സംഭാവനകളെയും ഉയർത്തിപ്പിടിക്കാൻ കെൽപ്പുള്ള ഒരു കൂട്ടം വിദ്യാർത്ഥികളെയാണെന്ന ആത്മവിശ്വാസം ഓരോ തവണ ഗ്രൗണ്ടിൽ ഇറങ്ങുമ്പോഴും അച്ചനുണ്ടായിരുന്നു. അവരെല്ലാവരും നല്ല കളിക്കാരായി മാറുക എന്നതിലുപരി ഒന്നുംതന്നെ അച്ചൻ സ്വന്തം നേട്ടത്തിനായി പ്രതീക്ഷിച്ചിരുന്നില്ല.

അച്ചൻറെ പരിശീലന രീതികളും വ്യത്യസ്തമായിരുന്നു. പരിശീലിപ്പിക്കുന്ന എല്ലാ വിദ്യാർത്ഥികളും തീർച്ചയായും വ്യത്യസ്ത കഴിവുകൾ ഉള്ളവരായിരിക്കും. ചിലർക്ക് ഫുട്ബോളിൽതന്നെ ചില മികവുകളായിരിക്കും പ്രകടമായി കാണുക. പരിശീലനവും അത്തരത്തിൽ തന്നെയായിരുന്നു അച്ചൻ നൽകി പോന്നിരുന്നത്. ഓരോ വിദ്യാർത്ഥികളിലുമുള്ള മികവുകൾ കണ്ടെത്തി അവർക്ക് ഏതിലാണോ ഏറ്റവുമധികം തിളങ്ങാൻ സാധിക്കുക, അത്തരത്തിൽ അച്ചൻ വ്യക്തിഗതമായി പരിശീലനം നൽകി പോന്നിരുന്നു. അച്ചൻ പരിശീലനം നൽകിയ കാലയളവിൽ അങ്ങനെ ഗോൾകീപ്പർമാരായുംമറ്റും തിരഞ്ഞെടുക്കപ്പെട്ടവരുണ്ട്. അവരെ പ്രത്യേകമായി പരിഗണിച്ച്, ആവശ്യമുള്ള രീതിയിലുള്ള, കളിയരങ്ങിൽ പ്രയോഗിക്കേണ്ട തന്ത്രങ്ങളും മറ്റുപാഠങ്ങളും നൽകുവാൻ അച്ചൻ ഒരിക്കലും വീഴ്ച വരുത്തിയിരുന്നില്ല.

എല്ലാ വിദ്യാർത്ഥികൾക്കും ഒരേ രീതിയിലുള്ള പാഠങ്ങൾ പറഞ്ഞു കൊടുക്കുന്നതിലുപരി വ്യത്യസ്തമായ പരിശീലന തന്ത്രങ്ങൾ മെനയുന്നതിൽ അച്ഛൻ എപ്പോഴും ശ്രദ്ധ ചെലുത്തിയിരുന്നു. അവർക്കേതിലാണോ വൈദഗ്ധ്യം കൂടുതൽ, അതിനായിത്തന്നെ അവരെ ഒരുക്കിയെടുക്കുക എന്നത് ഏറ്റവും പ്രധാനപ്പെട്ട കാര്യമാണ്. നിരന്തരമായ പരിശീലനത്തിലൂടെയും പരിശ്രമത്തിലൂടെയും സ്വന്തം കഴിവുകളുടെ മൂർച്ച കൂട്ടി വയ്ക്കുക, കളികൾക്കായി സജ്ജരാവുക എന്നതിലൊക്കെ കുട്ടികളും ശ്രദ്ധ ചെലുത്തിയിരുന്നു.

ഒരു കളിക്കാരൻ കളിയിൽ അതിൻറെ വിജയത്തിലേക്ക് അടുക്കണമെങ്കിൽ അതിനെ പിന്തുണയ്ക്കുന്ന ഒട്ടനവധി കാര്യങ്ങളുണ്ട്. ഒരു മത്സരത്തെ നേരിടുന്നതിനായി കളിക്കാരൻ മാനസികമായും ശാരീരികമായും തയ്യാറാവേണ്ടതുണ്ട്. കളിയരങ്ങിൽ ആയിരിക്കവേ ഏതൊരു കാര്യത്തെ അഭിമുഖീകരിക്കുമ്പോഴും അതിനെ ബുദ്ധിപരമായി നേരിടുകയും തീരുമാനമെടുക്കുകയും ചെയ്യുന്നതിനോടൊപ്പം തന്റെ ശരീരവും അതിനനുസരിച്ച് നീങ്ങുകയും പ്രവർത്തിക്കുകയും ചെയ്യുന്നു എന്നത് വളരെയധികം പ്രധാനപ്പെട്ട കാര്യം തന്നെയാണ്. ശാരീരികമായോ മാനസികമായോ ഉള്ള എന്തെങ്കിലും ഒരാളെ അലട്ടുന്നുണ്ടെങ്കിൽ ഒരിക്കലും തന്റെ നൂറു ശതമാനവും ആ

പ്രവർത്തിയിലേക്കു കൊടുക്കുവാൻ ഏതൊരു മേഖലയിലുള്ള ആർക്കും സാധിക്കുകയില്ല. കായികരംഗത്തുള്ളവരുടെ കാര്യത്തിലും അത് സത്യം തന്നെയാണ്. ഏതൊന്നിനും മനസ്സും ശരീരവും ഒരുമിച്ച് പ്രവർത്തിക്കേണ്ടതിന്റെ ആവശ്യകതയുണ്ടല്ലോ.

അച്ഛൻറെ കരിയറിൽ അദ്ദേഹത്തെ ഏറ്റവും കൂടുതൽ ബാധിച്ച പ്രശ്നവും അച്ഛൻ കളിക്കാരനായിരുന്ന, വിരമിക്കലിനോടടുത്ത കാലയളവിൽ ഉണ്ടായ പരിക്കുകൾ തന്നെയാണ്. ഒരു കളിക്കാരനെ ഏറ്റവുമധികം തളർത്തുന്നതും കളിയരങ്ങിലും അതിനുപുറത്തുമായി ഉണ്ടാവുന്ന പരിക്കുകളായിരിക്കും. കളിക്കളങ്ങളിലെ വിജയങ്ങൾക്കുവേണ്ടി ചിട്ടയായ വ്യായാമത്തിലൂടെയുംമറ്റും പാകപ്പെടുത്തിയെടുക്കുന്ന ശരീരത്തിലുണ്ടാകുന്ന എന്തുതരം മാറ്റങ്ങളും കളിയെ സാരമായിത്തന്നെ ബാധിക്കാൻ ഇടയുണ്ട്. അച്ഛനുണ്ടായതും അത്തരത്തിലൊരു അവസ്ഥ തന്നെയാണ്. തുടർച്ചയായ കളികളും പരിശീലനവുംമറ്റും അച്ഛൻറെ കാലുകളെയും ഒട്ടും സാരമില്ലെന്നു കരുതി തള്ളിക്കളയാൻ പറ്റാത്തവിധം ബാധിച്ചിരുന്നു. ശരീരത്തിലുണ്ടാവുന്ന പ്രശ്നങ്ങൾ മനസ്സിനെയും ആഴത്തിൽ ബാധിക്കുമല്ലോ. അച്ഛനെയും തൻറെ പരിക്കുകളും, തനിക്ക് ഇനിയങ്ങോട്ട് അതുകാരണം നടക്കാനിടയുള്ള

പ്രശ്നങ്ങളും വളരെയധികം ബാധിച്ചിരുന്നു എന്നുവേണം പറയാൻ. തൻറെ പ്രകടനങ്ങൾകൊണ്ട് കാണികളെ ആവേശം കൊള്ളിച്ച ഒരു താരത്തിന് ശാരീരിക കാരണങ്ങൾ കൊണ്ട് അതെല്ലാം തുടരാൻ കഴിയാതെ പോവുക എന്നുള്ളതും വളരെയധികം വിഷമം ഉളവാക്കുന്നൊരു കാര്യം തന്നെയായിരിക്കും. ചെറുതല്ലാത്ത രീതിയിൽ അച്ഛൻറെ കാലുകളെ ബാധിച്ച ആ പരിക്കിന് അച്ഛൻറെ ജീവിതത്തിലും മാറ്റങ്ങൾ കൊണ്ടുവരാൻതക്ക കൊല്പ്പുണ്ടായിരുന്നു. പ്രായത്തെ ബാധിക്കാത്ത ആ ശരീരത്തിനും മനസ്സിനും ഫുട്ബോളിൽ നിന്ന് അകലം പാലിക്കേണ്ടിവന്ന സാഹചര്യവും അതുതന്നെയാണ്. പിന്നീട് എല്ലുകളുടെ ഒടുവിനുംമറ്റും ചികിത്സ എടുക്കുകയും മുറിഞ്ഞുപോയ അവയെ ശസ്ത്രക്രിയയിലൂടെ എടുത്തു നീക്കം ചെയ്യേണ്ട അവസ്ഥകൾ ഉണ്ടാവുകയും ചെയ്തു. തനിക്ക് ഫുട്ബോൾ തുടരാനോ കളിക്കാനോ സാധിക്കില്ല എന്നുള്ള സാഹചര്യം വരുന്നതുവരെയും അച്ഛൻ ഫുട്ബോളിൽ തുടരുകതന്നെ ചെയ്തു. അതു മാത്രമല്ലാതെ തന്നെക്കൊണ്ടാവുംവിധം മറ്റുള്ളവർക്കായി തന്റെ സേവനം നൽകുകയും പരിശീലനവും മറ്റും നൽകാൻ തയ്യാറാവുകയും ചെയ്തു. ഏതു പ്രായത്തിലും തനിക്കാവുംവിധം ഫുട്ബോളിനോട് അടുത്തുണ്ടായിരിക്കാൻ അച്ഛൻ തീരുമാനമെടുത്തിരുന്നു. തനിക്ക്

അനുയോജ്യമായ പുതിയ വഴികൾ കണ്ടെത്താനും നിർവൃതിയടയാനും അച്ഛൻ എന്നും ആവേശഭരിതനായിരുന്നു. ഏതൊരു പ്രതിസന്ധിയിലും തനിക്ക് അപ്പോൾ ചെയ്യാൻ കഴിയുന്നതെന്താണെന്നുള്ളതിനെക്കുറിച്ച് നിരന്തരമായി അന്വേഷിക്കാൻ അച്ഛൻ എന്നും മടി കാണിച്ചിരുന്നില്ല.

ക്ലബ് ഫുട്ബോളിന് അച്ഛൻ നൽകിയിട്ടുള്ള സംഭാവനകൾ വിരലിലെണ്ണിയൊതുക്കാൻ പറ്റാവുന്നവയല്ല. ചെറുപ്പകാലത്ത് അച്ഛൻ കളിച്ചുയർന്നു വരുന്നതുതന്നെ വ്യത്യസ്ത ക്ലബ്ബുകൾക്ക് വേണ്ടിയാണ്. അച്ഛനെ ഒരു ഫുട്ബോൾ താരമായി ഉയർത്തിക്കൊണ്ടുവരുന്നതിന് വ്യത്യസ്ത ക്ലബ്ബുകൾക്ക് വലിയ പങ്കുണ്ടായിരുന്നു. കൊയിലാണ്ടിയിലെ പ്രാദേശികമായി പ്രവർത്തിച്ചിരുന്ന ഒരുപാട് ക്ലബ്ബുകൾക്കുവേണ്ടി അച്ഛൻ കളിയരങ്ങിലിറങ്ങിയിട്ടുണ്ടായിരുന്നു. അതുമാത്രമല്ലാതെ കോഴിക്കോട് ജില്ലയിൽ അന്ന് പ്രശസ്തമായിരുന്ന നിരവധി ക്ലബ്ബുകൾക്കുവേണ്ടി അച്ഛൻ കളിക്കുകയും അവയുടെ പ്രശസ്തി ഉയർത്തിപ്പിടിക്കാൻതക്കവണ്ണത്തിലുള്ള നേട്ടങ്ങൾ കൊണ്ടുവരികയും ചെയ്തിരുന്നു. അന്ന് ഫുട്ബോൾ താരം എന്ന നിലയിൽ ഉയർന്നു വളർന്നു വരാനുള്ള സാഹചര്യങ്ങൾ കുറവായിരുന്നിട്ടുപോലും തന്നെത്താൻ

ഉയർന്നു വരാനുള്ള വഴികൾ അച്ഛനും അച്ഛൻറെ സഹകളിക്കാരും കണ്ടെത്തിയിരുന്നു. പുറത്തുനിന്നുള്ള സഹായമോ സഹകരണമോ ഇല്ലാതിരുന്നിട്ടുപോലും തങ്ങൾക്ക് വേണ്ടുന്നത് സ്വയംതന്നെ കണ്ടെത്തുകയും അതിനായി പരിശ്രമിക്കുകയുമൊക്കെ അവർ ചെയ്തു കൊണ്ടേയിരുന്നു.

അച്ഛൻറെ വിശ്രമ കാലയളവിലും അച്ഛൻ സമൂഹത്തിനോട് അടുത്തു തന്നെയാണ് നിന്നു കണ്ടിട്ടുള്ളത്. വിശ്രമജീവിതം അച്ഛൻ ഒരിക്കലും വീടിനകത്ത് നയിക്കാൻ ഇഷ്ടപ്പെട്ടിരുന്നില്ല. പ്രാദേശികമായിത്തന്നെ പ്രവർത്തിക്കുന്ന ഒട്ടനവധി ഫുട്ബോൾ ക്ലബ്ബുകൾ ഉണ്ടായിരുന്നു. ഇപ്പോഴും അവ അങ്ങിങ്ങായി നിലനിൽക്കുന്നുമുണ്ട്. ഈ തലമുറയിലെ കുട്ടികളുടെ കായികരംഗത്തുള്ള അഭിരുചികൾ
വളർത്തിക്കൊണ്ടുവരാനുംമറ്റുമായി പ്രാദേശികമായി പല കൂട്ടായ്മകളും അതിനു മുൻകൈയെടുത്തിരുന്നു. അവയുടെയെല്ലാം ആയുസ്സിന് പക്ഷെ അധികം ദൈർഘ്യം ഉണ്ടായിക്കണ്ടിട്ടില്ല എന്ന് അച്ഛൻ പറയുന്നത് ശ്രദ്ധയിൽപ്പെട്ടിട്ടുണ്ട്. അത്തരം ചില പ്രാദേശിക സ്പോർട്സ് ക്ലബ്ബുകളുമായും അച്ഛന് ബന്ധമുണ്ടായിരുന്നു. അച്ഛൻ അത്തരം ബന്ധങ്ങൾ സൂക്ഷിക്കാൻ ശ്രമിച്ചിരുന്നു എന്ന് പറയുന്നതാവും ശരി. അച്ഛന് കായികരംഗത്തോടുള്ള താല്പര്യവും

പുതുതലമുറയിലെ കുട്ടികൾ അതിനെ എങ്ങനെ സമീപിക്കുന്നു എന്നറിയാനുള്ള ആകാംക്ഷയും അതിനായി തന്നെക്കൊണ്ടാവുന്ന വിധത്തിലുള്ള സഹായങ്ങൾ ചെയ്തുകൊടുക്കാം എന്ന പ്രതീക്ഷയുമൊക്കെ ഉണ്ടായിരുന്നു. അച്ഛന് ഇതുമായി ബന്ധപ്പെട്ട കൂടുതൽ പ്രശ്നങ്ങളെ പഠിക്കുന്നതിനും വിശകലനം ചെയ്യുന്നതിനും അത് സഹായിച്ചു എന്നുതന്നെ പറയണം.

ഓരോ വ്യക്തിയിലും വ്യത്യസ്ത കഴിവുകൾ തീർച്ചയായും ഉണ്ടായിരിക്കും എന്നത് വളരെയധികം ശരിയാണ്. സമൂഹത്തിലുള്ള ഏതൊരു വ്യക്തിയെയെടുത്തു നോക്കിയാലും സ്വയം അറിഞ്ഞോ അറിയാതെയോ പോയിട്ടുള്ള കഴിവുകൾ ഉണ്ടായിരിക്കും. ചിലർ തന്നെത്താൻ അവർക്കുള്ളിലേക്കു നോക്കാതെപോയതുമാവാം. ചിലർ ആ കഴിവുകളെ കണ്ടെത്തുന്നു. മറ്റുചിലരാവട്ടെ അങ്ങനെയൊന്നുണ്ടെന്നറിയാതെത്തന്നെ അവയെ ഉള്ളിൽ ഒളിപ്പിക്കുന്നു. സമൂഹത്തിലെ ചില വ്യക്തികളുടെ കാര്യം ഇങ്ങനെയുമല്ല. അവർക്കുള്ളിലെ കഴിവുകളെ കണ്ടെത്തിയിട്ടുണ്ടെങ്കിലും അതിനെ എങ്ങനെ വളർത്തിക്കൊണ്ടുപോകണമെന്നറിയാതെ വിഷമം അനുഭവിക്കുന്നവരാണ്. അവർക്ക് വേണ്ടത്ര പ്രോത്സാഹനം ലഭിക്കണമെന്നില്ല. ഒരു വ്യക്തി സ്വന്തം കഴിവുകളെ

കണ്ടെത്തുമ്പോൾ അതിന് വികസിക്കാനുള്ള സാഹചര്യങ്ങൾ ഉണ്ടാവുക എന്നതും വളരെയധികം പ്രധാനമാണ്. പുറമെ ആ സാഹചര്യം ഇല്ലാതെ പോകുമ്പോഴാണ് പലരുടെയും മികവ് പുറംലോകം അറിയാതെ പോകുന്നത്. അവർക്ക് അതിനായുള്ള സാഹചര്യമൊരുക്കിക്കൊടുക്കുക എന്നതും വളരെ പ്രധാനപ്പെട്ട ഉദ്യമമാണ്. സ്കൂളുകളിലുംമറ്റും പിന്തുടർന്നുപോരുന്ന രീതികളും ചിലപ്പോൾ കുട്ടികളിലെ കഴിവുകളെ അവർക്കുള്ളിൽത്തന്നെയിരിക്കാൻ സാഹചര്യമൊരുക്കുന്നവയാണ്. സ്കൂളുകളിൽ പഠനവുമായി ബന്ധപ്പെട്ട കാര്യങ്ങൾക്കു മാത്രം പ്രാധാന്യം നൽകുമ്പോൾ വിദ്യാർത്ഥികളുടെ കലാപരമായും കായികപരമായുമുള്ള കഴിവുകൾ വളരാതെ പോകുന്നു. ഇവയെല്ലാം ഏറ്റവുമധികം കണ്ടുപിടിക്കാനും മനസ്സിലാക്കാനും കഴിയുക അധ്യാപകർക്ക് തന്നെയാണ്. പക്ഷെ സ്കൂളുകളിൽ ചിലപ്പോൾ അങ്ങനെയൊരു സാഹചര്യം ഉണ്ടാകുന്നതുതന്നെയില്ല. ചെറുപ്പത്തിൽ കണ്ടെത്തുന്ന കഴിവുകൾക്ക് പക്ഷെ വേണ്ടവിധം പ്രോത്സാഹനം കിട്ടാത്ത സാഹചര്യങ്ങളും ഉണ്ടാകുന്നുണ്ട്.

ചില കുട്ടികളുടെ അവസ്ഥകൾ പക്ഷെ ഇതിൽ നിന്നൊക്കെ ഏറെ വ്യത്യസ്തമാണ്. കുട്ടികളുടെ കഴിവുകളെ വളർത്തിക്കൊണ്ടുവരുന്നതിനായുള്ള കഴിവ്

ചിലപ്പോൾ ആ കുടുംബങ്ങൾക്ക് ഉണ്ടായിക്കൊള്ളണമെന്നില്ല. വീട്ടിൽനിന്ന് ലഭിക്കുന്ന കൈത്താങ്ങും സഹായവും ലഭിക്കാതെ പോകുന്നതുകൊണ്ട് തങ്ങൾക്ക് ചെയ്യാൻ ഇഷ്ടമുള്ള കാര്യങ്ങളെ മാറ്റിനിർത്തേണ്ടിവരുന്ന അവസ്ഥയിലേക്ക് ചിലപ്പോൾ കുരുന്നുകൾ എത്താറുണ്ട്. ഈ സാഹചര്യത്തിൽ ഭൂരിഭാഗം മാതാപിതാക്കളെയും തെറ്റു പറയാനും നിർവാഹമില്ല. കുട്ടികളെ എങ്ങനെയെങ്കിലും സ്കൂളിലേക്ക് അയക്കണമെന്ന ആഗ്രഹത്തിൽ തങ്ങളുടെ ജീവിത സാഹചര്യങ്ങൾ മെച്ചപ്പെട്ടതല്ലെങ്കിൽപോലും രക്ഷിതാക്കൾ അതിനായി പാടുപെടുന്ന കഥകൾ നമ്മൾ അറിയുന്നുണ്ടല്ലോ. അവർക്കു ചിലപ്പോൾ പഠനത്തെക്കാൾ ക്കൂടുതൽ കുട്ടികളുടെ മറ്റുചില കഴിവുകൾക്ക് പ്രോത്സാഹനം നൽകാൻ സാധിക്കാത്ത സാഹചര്യം ഉണ്ടാവുന്നത് മാതാപിതാക്കൾക്ക് അതിനനുസരിച്ചുള്ള സാമ്പത്തികശേഷി ഇല്ലാത്തതിനാലാവാം. കുട്ടികളുടെ വയറുനിറയ്ക്കാൻ ഒരു നേരത്തെ ഭക്ഷണത്തിനുപോലും ബുദ്ധിമുട്ടുന്ന അനേകം കുടുംബങ്ങൾ നമുക്കുചുറ്റുമുണ്ടല്ലോ. ആ സാഹചര്യത്തിൽ ചിലപ്പോൾ ഈ നാടിന് നഷ്ടപ്പെട്ടു പോകുന്നതാവട്ടെ ധാരാളം കഴിവുകളെയാണ്. അവർക്കൊരു സഹായമായി നിലകൊള്ളുന്നതിനും, അവർക്ക് ഒരു അരങ്ങൊരുക്കിക്കൊടുക്കുന്നതിനും

ധാരാളം കൂട്ടായ്മകൾ രൂപം കൊണ്ടു വരുന്നത് സമൂഹത്തിൽ നമ്മൾ കാണാറുണ്ട്. ഇത്തരം കുട്ടികളുടെ കഴിവുകളെ രാകിയെടുത്ത് നല്ലവണ്ണം മിനുക്കി അത് പുറംലോകത്തിനു കാണിച്ചുകൊടുക്കുക എന്നതുതന്നെ പ്രയാസമുള്ള, എന്നാൽ വിലമതിക്കാനാവാത്ത പ്രവർത്തിയാണ്. അച്ഛൻറെ ശ്രദ്ധയും ഇത്തരത്തിൽ സമൂഹത്തിലേക്ക് ഇറങ്ങിച്ചെന്നവ തന്നെയായിരുന്നു. തന്റെ കാര്യങ്ങൾക്കു മാത്രം പ്രാധാന്യം കൊടുക്കാതെ അച്ഛൻറെ കണ്ണുകൾ എന്നും സമൂഹത്തിലേക്കുകൂടി തുറന്നു വച്ചവയായിരുന്നു.

കൊയിലാണ്ടി എന്നത് കോഴിക്കോട് ജില്ലയിലെത്തന്നെ പ്രധാനപ്പെട്ട ഒരു

നഗരപ്രദേശമാണല്ലോ. ഭൂമിശാസ്ത്രപരമായും അതിനു ധാരാളം പ്രത്യേകതകളുണ്ട്. കൊയിലാണ്ടി എന്ന സ്ഥലത്തിന് ഭംഗി കൂട്ടുന്നതാണ് അതിൻറെ തീരദേശങ്ങൾ. ആ മേഖലയിലെ ജനങ്ങളാകട്ടെ കടലിനോട് തങ്ങളുടെ മനസ്സുചേർന്നു നിൽക്കുന്നവരാണ്. തീരദേശ മേഖലയിലെ ജനങ്ങളുടെ പ്രധാന വരുമാനം എന്ന് പറയുന്നത് മത്സ്യബന്ധനമാണ്. അവിടെ തങ്ങളുടെ ഉപജീവനമാർഗ്ഗം തേടിയെത്തുന്നവരും ധാരാളമാണ്. ഇവിടെ പലസ്ഥലങ്ങളിലും മത്സ്യത്തൊഴിലാളികൾ പാർക്കുകയും ചെയ്യുന്നു. മത്സ്യബന്ധനം തൊഴിലായി സ്വീകരിച്ചവരുടെ വരുമാനം എന്നും ഒരുപോലെ നിൽക്കുന്ന ഒന്നല്ല. കാലാവസ്ഥയുമായി ബന്ധപ്പെട്ട കാര്യങ്ങളിലും, മത്സ്യത്തിന്റെ ലഭ്യതയിലും, മറ്റു ചിലവുകളിലും തുടങ്ങി അവരുടെ ഓരോ സമയത്തെ വരുമാനവും വ്യത്യാസപ്പെട്ടിരിക്കുന്നു. ചില സമയങ്ങളിൽ ദിവസങ്ങളോളം അവരുടെ കുടുംബങ്ങൾ ദാരിദ്രാവസ്ഥയിലേക്ക് തള്ളപ്പെട്ടെന്നും വരാം. അവർക്കറിയാവുന്ന പ്രധാന തൊഴിൽ ഇതുതന്നെയായതുകൊണ്ട് അവരിൽ മിക്കവരും കടലിനെത്തന്നെ ആശ്രയിച്ചാണ് ജീവിതം തള്ളിനീക്കുന്നത്. അവരുടെ ജീവിത നിലവാരവും അതിനനുസരിച്ച് മറ്റാളുകളിൽ നിന്ന് ഏറെ വ്യത്യസ്തമാണ്. അവർക്ക് ജീവിതത്തിൽ നേരിടേണ്ടിവരുന്ന ഭീഷണികളും

ധാരാളമാണ്. അവർ സാംസ്കാരികമായും വിദ്യാഭ്യാസപരമായും താഴേക്കിടയിൽ നിലകൊള്ളുന്നു എന്നത് എന്നും നമുക്ക് വ്യക്തമായിത്തന്നെ കാണാൻ സാധിക്കും. അവിടെയുള്ള ജനത പക്ഷെ അവരുടെ അടുത്ത തലമുറയ്ക്ക് വിദ്യാഭ്യാസം ലഭിക്കണമെന്നും അവർ സാംസ്കാരികമായും സാമൂഹികപരമായും ഉയരണമെന്നുമൊക്കെയുള്ള ആഗ്രഹം മനസ്സിൽ സൂക്ഷിക്കുന്നവരുമാണ്. അവിടെ പ്രധാന പ്രശ്നമായി അവരെ അലട്ടുന്നതും സാമ്പത്തികപരമായി അവർ പിന്നോക്കം നിൽക്കുന്നു എന്ന യാഥാർത്ഥ്യമാണ്.

സർക്കാർ സ്കൂളുകളിലുംമറ്റും അവർക്ക് വിദ്യാഭ്യാസം നൽകി പോരുന്നുണ്ടെങ്കിലും അവരുടെ മറ്റു കഴിവുകളെ വളർത്തിയെടുക്കാൻ പലപ്പോഴും നമ്മുടെ വിദ്യാഭ്യാസ സമ്പ്രദായത്തിന് സാധിക്കാതെ വരുന്നു. കലാപരമായും കായികപരമായും അവർക്കുള്ള കഴിവുകൾ ശ്രദ്ധിക്കപ്പെടാതെതന്നെ പോവുകയാണിവിടെ. തീര പ്രദേശങ്ങളിലെ കുട്ടികൾ കൂട്ടംകൂട്ടമായി കാൽപന്ത് കളിക്കുന്നതുംമറ്റും അച്ഛനും ഏറെ കണ്ടിട്ടുള്ള, ഏവരും കണ്ടിട്ടുണ്ടാവാനിടയുള്ള കാഴ്ച തന്നെയാണല്ലോ. അവരിലും അടുത്ത തലമുറയറിയാൻ പോകുന്ന, ഏറെ നേട്ടങ്ങൾ കൊയ്യാൻ കഴിവുള്ള കാൽപന്തുകളിക്കാരുണ്ടാവാം. അവരെ

തിരഞ്ഞുപിടിക്കുവാനും താല്പര്യമുള്ളവർക്ക് വേണ്ടത്ര പരിശീലനം നൽകുവാനുമുള്ള സാഹചര്യങ്ങൾ ഉണ്ടാകുമ്പോൾ അതാ കുട്ടികൾക്ക് ലഭിക്കുന്ന ഏറ്റവും വലിയ അവസരം തന്നെയായിരിക്കും. അവരുടെ കുടുംബങ്ങളിലുള്ളവർക്ക് ഒരുപക്ഷേ അതിനൊന്നും സാധിച്ചേക്കില്ല എന്നുള്ളത് യാഥാർത്ഥ്യമാണ്. കുട്ടികളിലെ കഴിവുകൾ എങ്ങനെ വളർത്തിയെടുക്കണമെന്നും അവർ ആഗ്രഹിക്കുന്ന രീതിയിൽ എന്തെങ്കിലും ചെയ്യുന്നതിനായുള്ള സാമ്പത്തികമായ കഴിവ് തങ്ങൾക്കുണ്ടോ എന്നൊക്കെയുമുള്ള സംശയങ്ങൾ കുടുംബങ്ങളിലുണ്ടായേക്കാം. പുറത്തുനിന്നുള്ള ഒരു കൈത്താങ്ങുപോലും അവർക്ക് ഏറെ സഹായകമായിരിക്കും. ആ കൈത്താങ്ങ് അതുകൊണ്ടുതന്നെ ആ കുട്ടികളുടെ ഭാവിയെ നിർണയിക്കാൻതക്ക ശേഷിയുള്ളതായി നിലകൊള്ളും. ആ കുരുന്നുകളുടെ ഭാവികാലം ഇങ്ങനെയൊന്നിനോട് കടപ്പെട്ടുകിടക്കുകയും ചെയ്തേക്കാം. സമൂഹത്തിനു വേണ്ടിയും എന്തെങ്കിലും ചെയ്യണമെന്നത് ഇതൊക്കെക്കൊണ്ടുതന്നെ അച്ഛൻറെ മനസ്സിലും മായാത്ത ഒരു ചിന്തയായി എന്നും നിലനിന്നു പോന്നിരുന്നു. ഒരു ഫുട്ബോൾ അക്കാദമി ആരംഭിക്കുക എന്നത് അച്ഛന് തന്നെ നിരന്തരം പിന്തുടരുന്ന ഒരു ആഗ്രഹമായി നിലകൊണ്ടു. അത് യാഥാർത്ഥ്യത്തിലേക്ക്

അടുക്കുന്നതിനായുള്ള പരിശ്രമങ്ങൾ അച്ഛൻ ചെയ്യുന്നുമുണ്ടായിരുന്നു.

അങ്ങനെയിരിക്കുന്ന കാലയളവിലാണ് ഒരു ഫുട്ബോൾ അക്കാദമി എന്ന സ്വപ്നം യാഥാർത്ഥ്യത്തിലേക്കടുക്കുന്നത്. അത് എളുപ്പമുള്ളൊരു ഉദ്യമമായിരുന്നില്ല. ഏതൊരു കാര്യവും തുടങ്ങുക എന്നതിലുപരി അത് നടത്തിക്കൊണ്ടു പോകുക എന്നതാണ് ഏറ്റവുമധികം പ്രധാനപ്പെട്ട വിഷയം. ഇനിയങ്ങോട്ട് ആരംഭിച്ചതിനെ മുടക്കങ്ങൾ ഒന്നുമില്ലാതെതന്നെ തുടർന്നുകൊണ്ടുപോകുന്നതിന്റെ ആവശ്യകതയും ഉണ്ടായിരുന്നു. തേജസ് ഫുട്ബോൾ അക്കാദമി എന്നായിരുന്നു അതിന് പേരു നൽകിയിട്ടുണ്ടായിരുന്നത്. തുടങ്ങിയതിനുശേഷം ചുരുങ്ങിയ കാലയളവിൽത്തന്നെ അതിനെത്തേടി ധാരാളം കളിക്കാർ എത്തിയിരുന്നു. പുറത്തുനിന്നുമുള്ള ധാരാളം സഹായഹസ്തങ്ങളുടെ പിന്തുണയോടെയും സഹായത്തോടെയുമാണ് അക്കാദമി രൂപം കൊള്ളുന്നതും അത് നടന്നുപോന്നിരുന്നതും. അക്കാദമിയിൽ അതിൻറെ നടത്തിപ്പിനായും കാര്യങ്ങളുടെ മേൽനോട്ടത്തിനായുമൊക്കെത്തന്നെ ഭാരവാഹികളെയും തിരഞ്ഞെടുത്തിരുന്നു. ചിട്ടയായ പരിശീലനമായിരുന്നു അന്ന് കളിക്കാർക്ക് നൽകിപോന്നത്. അതിനായി തയ്യാറായി വന്ന പരിശീലകരും

ധാരാളമായിരുന്നു. അച്ഛൻതന്നെയും വളരെയധികം താല്പര്യത്തോടെയും ഊർജ്ജത്തോടെയുമാണ് അക്കാദമിയുടെ വളർച്ചയ്ക്ക് ഒരു ഭാഗമായി നിന്നത്. ഒരു അക്കാദമി നടത്തിക്കൊണ്ടുപോവുക എന്നുള്ളത് പുറത്തുനിന്ന് നോക്കുമ്പോൾ വളരെ എളുപ്പമുള്ള കാര്യമായിതോന്നിയേക്കാം. അത് പക്ഷെ യഥാർത്ഥത്തിൽ അങ്ങനെയായിരുന്നില്ല. സാമ്പത്തികമായ പിന്തുണ ലഭിക്കുക എന്നതായിരുന്നു അക്കാദമി നേരിട്ടുകൊണ്ടിരുന്ന ഏറ്റവും വലിയ പ്രശ്നം. അതിനായി പുറത്തുനിന്ന് കായികരംഗത്തിനോട് താല്പര്യമുള്ള സുമനസ്സുകളെ കണ്ടെത്തുക എന്നുള്ളത് അതിലും വലിയ ക്ലേശങ്ങൾ നിറഞ്ഞ ഉദ്യമം തന്നെയായിരുന്നു. അക്കാദമിക്കും അതിന്റേതായ പ്രത്യേകതകൾ ഉണ്ടായിരുന്നു.

അക്കാദമി പ്രവർത്തിച്ചു പോന്നിരുന്നത് അവിടെ എത്തുന്ന കുരുന്നുകളിൽ നിന്ന് യാതൊരു തരത്തിലുള്ള ഫീസും ഈടാക്കാതെയായിരുന്നു. അവരുടെ പരിശീലനത്തിന് ആവശ്യമായ എല്ലാംതന്നെ നൽകിയിരുന്നത് അക്കാദമിയാണ് . പലപ്പോഴും അച്ഛനുൾപ്പടെയുള്ള അക്കാദമിയുടെ ഭാരവാഹികൾതന്നെയാണ് ഇതിനായി യാതൊന്നും ചിന്തിക്കാതെ സ്വന്തംകയ്യിൽ നിന്നുമുള്ള സാമ്പത്തിക

സഹായം നൽകിപോന്നിരുന്നത്. അക്കാദമിയിൽ അന്നുണ്ടായിരുന്ന കുരുങ്ങുകളെല്ലാം പത്തും പതിനൊന്നുമൊക്കെ പ്രായമുള്ള കൊയിലാണ്ടിയിൽ നിന്നുതന്നെ എത്തുന്നവരായിരുന്നു. പ്രധാനമായും അവിടെ എത്തിയിരുന്നത് സാമ്പത്തികമായി പിന്നോക്കം നിൽക്കുന്ന കുടുംബങ്ങളിലെ കുട്ടികളായിരുന്നു. അന്നുണ്ടായിരുന്ന കുട്ടികളിൽ ഭൂരിഭാഗം വരുന്നവരും മത്സ്യത്തൊഴിലാളികളുടെ മക്കൾ തന്നെയായിരുന്നു. കാൽപന്തുകളിയോട് അത്രയധികം താൽപര്യം കാണിച്ചിരുന്ന അവരുടെ കഴിവുകളെ കണ്ടെത്താനും അതിനെ വളർത്തിയെടുക്കുന്നതിനും സഹായം നൽകുന്നതിനുമായൊക്കെ അക്കാദമിയുടെ പ്രവർത്തനങ്ങൾ വളരെയധികം ഗുണം ചെയ്തു എന്നുതന്നെ പറയാൻ സാധിക്കും. അവിടെയെത്തുന്ന കുട്ടികൾക്കെല്ലാവർക്കും വളരെയധികം പ്രോത്സാഹനവും ലഭിച്ചിരുന്നു. പരിശീലനം നൽകി പോന്നിരുന്നവരും അത് ലഭിച്ചിരുന്ന കുട്ടികളും വളരെയധികം ആത്മാർത്ഥതയോടുകൂടിയാണ് അത് ചെയ്തു പോന്നിരുന്നത്. കളിയിൽ കുരുന്നുകൾക്ക് അത്രയുമധികം താൽപര്യം വർദ്ധിച്ചിരുന്നു എന്നുതന്നെ പറയാം. അവരെല്ലാവരും അത്രയുമധികം കഴിവുകൾ ഉള്ള കുട്ടികളുമായിരുന്നു. അവരുടെ ഊർജ്ജം അവരെന്നും അവരെ സഹായിക്കുന്നവർക്കു കൂടി പകർന്നു കൊടുക്കുകയായിരുന്നു.

കടൽത്തീരങ്ങളിലും അവിടെയുള്ള കൊച്ചുകൊച്ചു ഗ്രൗണ്ടുകളിലും പാദരക്ഷകൾ പോലുമില്ലാതെ മറ്റു കുട്ടികൾക്കൊപ്പം കളിച്ചു പോന്നിരുന്ന തീരപ്രദേശത്തെ കുട്ടികൾക്ക് അക്കാദമി ഒരുക്കിയത് ഒരു വലിയ അവസരം തന്നെയായിരുന്നു. ശരിയായ രീതിയിൽ തങ്ങളെ കൊണ്ടുപോകുന്നതിനും നയിക്കുന്നതിനും അവർക്ക് കൈത്താങ്ങായി അക്കാദമിയും അതിലെ ആളുകളുമുണ്ടെന്നതിൽ വലിയ സന്തോഷംതന്നെ ആ കുഞ്ഞു മനസ്സുകളിൽ ഉണ്ടായിരുന്നുവെന്ന് അച്ഛൻ പറഞ്ഞു കേട്ടിട്ടുണ്ട്. സാമ്പത്തികമായി അന്ന് അക്കാദമിയെ സഹായിച്ചുകൊണ്ടിരുന്നത് കായികപ്രേമിയായ, ഗുജറാത്തിലെ ഇൻഡസ് ഫയർ സേഫ്റ്റിയുടെ തലപ്പത്തിരിക്കുന്ന കൊയിലാണ്ടി നിവാസിയായിരുന്നു. ശ്രീ.ബാലഗോപാൽ എന്ന ആ സന്മനസ്സുള്ള സഹായിയാണ് അക്കാദമിയിലെ കാര്യങ്ങൾ മുടങ്ങാതെ നടന്നുപോകുന്നതിന് ചുക്കാൻപിടിച്ചത്. അദ്ദേഹം അത് വളരെയധികം താല്പര്യത്തോടുകൂടിയുമായിരുന്നു ചെയ്തുകൊണ്ടിരുന്നത്. ഗവൺമെൻറ് ഗേൾസ് ഹയർ സെക്കൻഡറി സ്കൂളിലെ തന്റെ പരിശീലനത്തിൽ വളർന്നുവന്ന, കായികരംഗത്ത് ഉയർന്ന വിജയങ്ങൾ കരസ്ഥമാക്കിക്കൊണ്ടിരുന്ന കൃഷ്ണപ്രിയ എന്ന വിദ്യാർത്ഥിനിയുടെ നേട്ടമറിയിച്ചപ്പോൾ ഉടൻ

തന്നെ അഡിഡാസിന്റെ ഒരു ഷൂ അവൾക്ക് അദ്ദേഹം സമ്മാനമായി നൽകിയ സാഹചര്യം അച്ഛൻ ഇന്നും ഓർക്കുന്നു. അങ്ങനെ അകമഴിഞ്ഞ സഹായങ്ങളായിരുന്നു അദ്ദേഹം നൽകിപോന്നിരുന്നത്. തേജസ് ഫുട്ബോൾ അക്കാദമി വളർന്ന് അത് ജില്ലയിലെ തന്നെ മികച്ച അക്കാദമികളിൽ ഒന്നായി മാറുകയാണുണ്ടായത്. നിരന്തരം അതിലെ കുട്ടികൾ മറ്റു പലയിടങ്ങളിലും കളിക്കാനായി പോവുകയും വിജയങ്ങൾ കരസ്ഥമാക്കുകയും ചെയ്തുകൊണ്ടേയിരുന്നു. ജില്ലാ ടീമിലേക്കും അവർ തിരഞ്ഞെടുക്കപ്പെടുകയും കളിക്കുകയുമൊക്കെ ചെയ്തിരുന്നതിനെക്കുറിച്ച് അച്ഛനോർക്കുന്നു.

പിന്നീട് അക്കാദമിക്ക് കടുത്ത രീതിയിലുള്ള സാമ്പത്തിക പ്രതിസന്ധി ഉടലെടുക്കുകയുണ്ടായി. പരിശീലകർ സൗജന്യമായി അവിടുള്ള കുട്ടികളെ പരിശീലിപ്പിച്ചിരുന്നുവെങ്കിലും അധികനേരവും അക്കാദമിയിൽ എത്തിക്കൊണ്ടിരുന്ന അവർക്ക് ഒരു രീതിയിലുമുള്ള സാമ്പത്തികസഹായം നൽകാൻ അക്കാദമിക്ക് കഴിഞ്ഞിരുന്നില്ല. അതിനുള്ള വരുമാനമൊന്നുംതന്നെ അവിടെ ഇല്ലായിരുന്നുവല്ലോ. ഒരുപാട് ടൂർണമെന്റുകൾ കളിക്കുന്നതിനായി കുട്ടികളെ കൊണ്ടുപോകുമായിരുന്നു. അവർക്കുള്ള ചിലവുകൾ വഹിച്ചിരുന്നത് അക്കാദമിയായയതുകൊണ്ടുതന്നെ നിരന്തരമായി

അതിനുള്ള കഴിവുകൾ അക്കാദമിക്കില്ലാതെപോയി. അവരുടെ വസ്ത്രങ്ങൾ, ഷൂസുകൾ, യാത്രാചിലവുകൾ, ഭക്ഷണം, പരിശീലന സമയത്തുള്ള ചിലവുകൾ എന്നിവയൊക്കെത്തന്നെ അക്കാദമിയിലവിടെ ഉള്ളവർതന്നെയായിരുന്നു ഏറ്റെടുത്തു ചെയ്തുകൊണ്ടിരുന്നത്. അതിനുശേഷം പ്രധാന പ്രശ്നമായിത്തീരുന്നത് അവിടെ നിന്നു പോകുന്ന കുട്ടികൾക്കുപകരം അടുത്തടുത്ത ബാച്ചുകളെ എടുക്കാൻ അക്കാദമിക്ക് സാധിച്ചില്ല എന്നതാണ്. പ്രായം കൂടുതലാകുന്നതിനനുസരിച്ച് അവിടെ എത്തിയിരുന്ന കുട്ടികൾ മറ്റു സ്കൂളുകളിലേക്കും കോളേജുകളിലേക്കുമെല്ലാം നീങ്ങിയിരുന്നു. പിന്നീട് ഇതുകൊണ്ടെല്ലാം പുറത്തുനിന്നുള്ള സാമ്പത്തിക സഹായങ്ങൾ നിലച്ചു പോവുകയാണുണ്ടായത്. അതുകൊണ്ടുതന്നെ പതിയെപ്പതിയെ അക്കാദമിയുടെ പ്രവർത്തനവും നിർത്തിവയ്ക്കേണ്ട ഒരു സാഹചര്യത്തിലേക്ക് വഴുതിവീഴുകയായിരുന്നു. അച്ഛന് അതിൻറെ പ്രവർത്തനങ്ങൾ നിലച്ചു പോയതിലുള്ള ദുഃഖം ഇന്നും ഈ കാര്യങ്ങൾ വിവരിക്കുമ്പോൾ മുഖഭാവത്തിൽ നിന്ന് വായിച്ചെടുക്കാൻ സാധിക്കും. അന്ന് ആ അക്കാദമിയിലൂടെ കളിച്ചു പഠിച്ചു വളർന്ന കുഞ്ഞുങ്ങൾ ഇന്ന് വലിയവരായിത്തീർന്നിട്ടും ഫുട്ബോൾ വിട്ടുകളയാതെ കൂടെ കൂട്ടി എന്നത് അച്ഛനെ സന്തോഷിപ്പിക്കുകയും

ചെയ്യുന്നുണ്ട്. അക്കാദമിയുടേതെന്നപോലെ അച്ഛൻറെ ജീവിതത്തിൽ ധാരാളം പ്രതിസന്ധികൾ നിറഞ്ഞ ഘട്ടങ്ങളിലൂടെയും അച്ഛൻ കടന്നു പോയിട്ടുണ്ട്. ഇതെല്ലാം കൂടി കലർന്ന മിശ്രിതമായിത്തന്നെ അച്ഛൻറെ ജീവിതം നിലകൊണ്ടു.

4.പൊരുതിക്കയറിയ കളങ്ങൾ, കളങ്ങളിലെ കിസ്സകൾ.

ഏതൊരു കായികതാരത്തിനും കളിയരങ്ങുകൾ വ്യത്യസ്ത അനുഭവങ്ങൾ സമ്മാനിക്കുമല്ലോ. അച്ഛനും അത്തരം കളങ്ങൾ നൽകിയ അനുഭവങ്ങൾ ധാരാളമായിരുന്നു. പറഞ്ഞു തുടങ്ങിയാൽ തീർക്കാൻ കഴിയാത്തവിധം ഒരു സാഗരമായിത്തന്നെ അത്തരം അനുഭവങ്ങൾ അദ്ദേഹത്തിൻറെ ജീവിതത്തിൽ നീണ്ടുനിവർന്നു കിടക്കുകയാണ്. ഒടുക്കമില്ലാത്ത അത്തരം അനുഭവങ്ങൾ ഒന്നിനു പിറകെ ഒന്നായി നിറഞ്ഞുനിൽക്കുക തന്നെയായിരുന്നു അച്ഛൻറെ ജീവിതത്തിൽ. ഒരു കായികതാരം എന്ന നിലയിൽ അച്ഛൻറെ സ്വകാര്യജീവിതത്തിലും ഫുട്ബോൾ ചെലുത്തിയ സ്വാധീന കഥകൾ ധാരാളമാണ്. കായികതാരം, എയർഫോഴ്സിൽ ജോലി ചെയ്യുന്ന വ്യക്തി എന്നിങ്ങനെയുള്ള പാതകൾ ഒരു വ്യക്തിക്ക് സമ്മാനിക്കുന്നതും ഏറെ വ്യത്യസ്തമായ ജീവിതാനുഭവങ്ങൾ തന്നെയായിരിക്കും. ഏതൊരു മനുഷ്യൻറെ ജീവിതത്തിലും അയാളെ വിജയത്തിലേക്ക് നയിച്ചതോ തികച്ചും വ്യത്യസ്തമായൊരു പാത സ്വീകരിക്കാൻ കാരണമായതോ ആയ

ചില വഴിത്തിരിവുകൾ ഉണ്ടായിരിക്കും. ചിലപ്പോൾ പിന്നീട് അങ്ങോട്ടുള്ള ജീവിതത്തെ നിർണയിക്കുന്നതും അത്തരം വഴിത്തിരിവുകൾ കാരണമുണ്ടാകുന്ന ജീവിത വഴികളിലെ മാറ്റങ്ങളായിരിക്കും. അത്തരം സന്ദർഭങ്ങൾ ജീവിതത്തിൽ ഉടലെടുത്തില്ലായിരുന്നെങ്കിൽ ചിലപ്പോൾ അച്ഛൻറെ ഫുട്ബോൾ ഭാവിയും അതിനനുസരിച്ച് വ്യത്യാസപ്പെട്ടു പോകുമായിരുന്നു. അച്ഛൻ ഫുട്ബോളിന്റെ കാര്യത്തിൽ തന്റെ കരിയറിൽ ഉണ്ടായ വഴിത്തിരിവിനെ ക്കുറിച്ച് ഇടയ്ക്കെല്ലാം സംസാരിച്ചു കേട്ടിട്ടുമുണ്ട്.

അച്ഛൻ എയർഫോഴ്സിൽ ജോലി ചെയ്തിരുന്ന കാലത്തെല്ലാംതന്നെ ഫുട്ബോൾ എന്നതിനെ ജീവിതത്തിൽനിന്ന് മാറ്റി നിർത്തിയാൽ ഒരു ശൂന്യതയാവും പിന്നെ ബാക്കിയാകുന്നത്. അച്ഛൻറെ സർവീസ് കാലമായി ഇഴചേർന്നു കിടക്കുകയായിരുന്നു ഫുട്ബോളും എന്നു പറയാം. ആ കാലഘട്ടം എടുത്ത് പരിശോധിക്കുകയാണെങ്കിൽ നിറഞ്ഞുനിന്നതത്രയും ഫുട്ബോളായിരുന്നു എന്നതിനൊരു സംശയമില്ല. 1967 മുതൽ 1973 വരെയുള്ള കാലയളവിൽ അച്ഛൻറെ എയർഫോഴ്സ് ജീവിതം ഫുട്ബോൾ തന്നെയായിരുന്നു എന്നു പറയുകയാണെങ്കിൽ അതൊട്ടുമൊരു അതിശയോക്തിയാകാനും ഇടയില്ല. ഇന്ത്യൻ എയർഫോഴ്സ്

സേവനത്തിന്റെ സ്വഭാവമനുസരിച്ച് അതിൽ സേവനം ആരംഭിക്കുന്ന ഒരാൾക്ക് ആദ്യഘട്ടം എന്ന നിലയിൽ ട്രെയിനിങ്ങിലൂടെ കടന്നുപോകേണ്ടത് അനിവാര്യമാണ്. എയർഫോഴ്സിലെ ജോലിയിൽ പ്രവേശിച്ചയുടനെതന്നെ അച്ഛനും ആ ഘട്ടത്തിലൂടെ കടന്നു പോകേണ്ടതുണ്ടായിരുന്നു. ഏതൊരു ഉദ്യോഗത്തിന്റെയും ആരംഭഘട്ടം അല്ലെങ്കിൽ പരിശീലനഘട്ടം എന്നുപറയുന്നത് ധാരാളം ക്ലേശങ്ങൾ നിറഞ്ഞ കാലയളവായിരിക്കുമല്ലോ. ആർമി, എയർ ഫോഴ്സ് തുടങ്ങിയ സേവന രംഗങ്ങൾ എടുത്തു പരിശോധിക്കുകയാണെങ്കിൽ ഇവയിലെ പരിശീലന കാലഘട്ടമെന്നു പറയുന്നത് അത്യധികം ബുദ്ധിമുട്ടുകൾ അഭിമുഖീകരിക്കേണ്ടിവരുന്ന സമയം തന്നെയാണ്. തങ്ങൾ ഇതുവരെ ശീലിച്ചിട്ടില്ലാത്തതും തികച്ചും അപരിചിതമായതുമായ ജോലി സാഹചര്യങ്ങളെ ഉൾക്കൊള്ളാൻ അവർ തയ്യാറെടുക്കേണ്ട ആവശ്യകതയുമുണ്ടാകുന്നുണ്ട്. അവിടെ നേരിടേണ്ടിവരുന്ന ജോലിയുമായി ബന്ധപ്പെട്ട അന്തരീക്ഷം തികച്ചും വ്യത്യസ്തവും ബുദ്ധിമുട്ടുകൾ നിറഞ്ഞവയുമായിരിക്കാം. ആ സമയത്ത് തങ്ങളുടെ മനസ്സിനു നേരിടേണ്ടിവരുന്ന ആകുലതകളെ നിയന്ത്രിക്കാനും പുതിയ അനുഭവങ്ങളോട് പൊരുത്തപ്പെടാനുമൊക്കെ ഇത്തരം

സർവീസുകളിലേക്ക് കടക്കുന്നവർ തുടക്കകാലത്ത് പരിശ്രമിക്കുന്നത്, ഇനി അങ്ങോട്ടുള്ള സർവീസ് കാലയളവിലേക്കുള്ള പഠനം കൂടിയാണ്. സ്വന്തം രാജ്യത്തിനുവേണ്ടിയും അതിലെ ജനങ്ങൾക്കുവേണ്ടിയും പ്രവർത്തിക്കുന്നവർ രാജ്യസ്നേഹത്തിനു മുന്നിൽ തങ്ങളുടെ പ്രയാസങ്ങളേയോ അഭിമുഖീകരിക്കുന്ന ക്ലേശാനുഭവങ്ങളേയോ വലുതായി കാണാറില്ല എന്നത് ഒരു യാഥാർത്ഥ്യമാണ്. നമ്മളിൽ പലരെങ്കിലും നമ്മുടെ തിരക്കിട്ട ജീവിതത്തിനിടയിൽ നമ്മൾ അനുഭവിക്കുന്ന സ്വാതന്ത്ര്യത്തിന്റെയും സുരക്ഷിതത്വത്തിന്റെയും പിറകിൽ പ്രവർത്തിക്കുന്നവരെ ഓർക്കാതെ പോയെന്നും വരും. അച്ഛനും തൻ്റെ സർവീസ് കാലയളവിൽ ആരംഭഘട്ടങ്ങളിലെല്ലാംതന്നെ ഇത്തരം അനുഭവങ്ങളിലൂടെയും പ്രതിസന്ധികളിലൂടെയും കടന്നു പോയിട്ടുണ്ട്. അപ്പോഴും തന്റെയൊപ്പം തന്നെ കൈവിടാതെ ഫുട്ബോൾ ഉണ്ടായിരുന്നുവെന്നത് അച്ഛൻ ഓർത്തെടുക്കാറുമുണ്ട്.

അച്ഛന് തൻ്റെ ജോലിയുമായി ബന്ധപ്പെട്ട പരിശീലനം തുടരേണ്ടിവന്നതും പേടിപ്പിക്കുന്ന, ബുദ്ധിമുട്ടുകൾ നിറഞ്ഞ അന്തരീക്ഷത്തിൽ തന്നെയായിരുന്നു. തൻ്റെ അനേകം ഫുട്ബോൾ കളികൾ തനിക്ക് നേടിത്തന്ന വിജയങ്ങളും ഈ ജോലിയിൽ

പ്രവേശിക്കാൻ അച്ഛന് സഹായകമായി എന്നത് പരാമർശിച്ചിരുന്നല്ലോ. അതിനുശേഷം അദ്ദേഹത്തിന് ജോലിയിലെ പരിശീലനത്തിനായി പോകേണ്ടിവന്നതും വിദൂര പ്രദേശങ്ങളിലേക്കായിരുന്നു. ഒരുപാട് ദൂരത്ത് കിടക്കുന്ന, മനുഷ്യവാസം താരതമ്യേന കുറവുള്ള പ്രദേശങ്ങളിലേക്ക് പോയിരുന്നപ്പോൾ അച്ഛൻറെ മനസ്സിലും ധാരാളം ആകുലതകൾ ഉണ്ടായിരിക്കാം. ചെന്നൈയിലെ താംബരം എന്ന പ്രദേശത്തായിരുന്നു അച്ഛനപ്പോൾ. പേടിപ്പിക്കുന്ന സാഹചര്യങ്ങളിലും മറ്റും മനസ്സിലെ കരുത്തിനെ പോകാൻ അനുവദിക്കാതെ പിടിച്ചുനിർത്തി, അവിടെ നാളുകൾ തള്ളി നീക്കിയിരുന്നതിനെക്കുറിച്ച് അച്ഛൻ പറഞ്ഞു കേട്ടിട്ടുണ്ട്. വിദൂര പ്രദേശമായിരുന്നു എന്നതു മാത്രമല്ലാതെ വളരെയധികം ഇരുട്ടു നിറഞ്ഞ സാഹചര്യങ്ങളിൽ അച്ഛൻ തൻറെ ഡ്യൂട്ടി നിർവഹിച്ചിരുന്നു. ബോംബുകളും മറ്റും സൂക്ഷിച്ചിരുന്ന വെളിച്ചം കുറവായ അന്തരീക്ഷങ്ങളിൽ, ഭയത്തിനു സ്വയം വിട്ടുകൊടുക്കാതെ മനസ്സുറപ്പുകൊണ്ട് യാഥാർത്ഥ്യങ്ങളോട് പോരാടിയ കാലയളവായിരുന്നത്രേ അത്. അന്ന് അച്ഛന് അവിടെ ഏറ്റെടുത്ത് നിർവഹിക്കേണ്ടി വന്നത് ഗാർഡ് ഡ്യൂട്ടി ആയിരുന്നു. അവിടെ സൂക്ഷിച്ചവയുടേയും അവിടുത്തെ ആളുകളുടെയും ആ പ്രദേശത്തിന്റെതന്നെയും

സുരക്ഷ ഉറപ്പുവരുത്തുക എന്നത് വളരെ പ്രധാനപ്പെട്ടതാണല്ലോ.

ആ കാലയളവിലാണ് മദ്രാസ് ഫുട്ബോൾ അസോസിയേഷൻറെ ഫുട്ബോൾ തിരഞ്ഞെടുപ്പിനുള്ള സമയം വരുന്നത്. അച്ഛന് ഫുട്ബോൾ ആയതുകൊണ്ടുതന്നെ അതിൽ പങ്കെടുക്കാനുള്ള ആവേശവും ഉയർന്നു തന്നെ നിന്നു. അച്ഛനപ്പോൾ തൻറെ മേലുദ്യോഗസ്ഥരോട് ഒരു ആവശ്യം മുന്നോട്ടുവയ്ക്കുകയാണുണ്ടായത്. തിരഞ്ഞെടുപ്പിൽ പങ്കെടുത്ത് തിരഞ്ഞെടുക്കപ്പെടുന്ന മുറയ്ക്ക് തൻറെ ഗാർഡ് ഡ്യൂട്ടി ഒഴിവാക്കിത്തരണം എന്നുള്ളതായിരുന്നു ആവശ്യം. അതിനവർ തയ്യാറായിരുന്നതുകൊണ്ട് അച്ഛൻ അതിൽ പങ്കെടുക്കുകയും അതിലേക്ക് തിരഞ്ഞെടുക്കപെടുകയും ചെയ്തു. അങ്ങനെ ലീഗ് മാച്ച് കളിക്കുന്നതിനായി അച്ഛൻ തിരഞ്ഞെടുക്കപെടുകയാണുണ്ടായത്. ആ സമയത്തുതന്നെയാണ് ബാംഗ്ലൂരിൽ വച്ച് സ്റ്റാഫോർഡ് ട്രോഫി മത്സരങ്ങൾ നടക്കുന്നതും. അച്ഛൻറെ കാര്യങ്ങൾ അത്രയും അറിയാവുന്നതുകൊണ്ടുതന്നെ അത് കളിക്കുന്നതിനായി അച്ഛന് ക്ഷണം ലഭിച്ചു. എയർഫോഴ്സിനകത്ത് ട്രേഡ് മാറുന്നതിനായും ഉയർന്ന സ്ഥാനങ്ങളിലേക്ക് തിരഞ്ഞെടുക്കപ്പെടുന്നതിനായും പലതരം പരീക്ഷകളുണ്ട്. ഫുട്ബോളുമായി ബന്ധപ്പെട്ട്

ഇതെല്ലാം സംഭവിക്കുന്ന കാലയളവിൽതന്നെയാണ് അച്ഛന് ഈ പരീക്ഷകൾ എഴുതേണ്ടിവന്നതും. സ്റ്റാഫോർഡ് ട്രോഫി മത്സരങ്ങളിൽ പങ്കെടുക്കുന്നതിനായി അച്ഛനെ അങ്ങോട്ട് അയക്കണം എന്ന ആവശ്യം ഉയർന്നപ്പോൾ അച്ഛനും തൻ്റെ ഭാഗത്തുനിന്ന് ഒരു ആവശ്യം മുന്നോട്ടുവയ്ക്കുകയുണ്ടായി. ട്രേഡ് റീമസ്റ്ററിംഗ് നടക്കുന്നതിനാൽ അതിൻ്റെ അവസാനഘട്ട പരീക്ഷയിൽ തനിക്ക് മാർക്ക് കുറയുകയാണെങ്കിൽപോലും തന്നെ പ്രമോട്ട് ചെയ്യണം എന്നതായിരുന്നു അത്. കളികൾക്കും മറ്റും പോകുന്നതിനാൽ തനിക്ക് പരീക്ഷകൾക്കുള്ള തയ്യാറെടുപ്പിനുവേണ്ടി സമയം നീക്കി വയ്ക്കുവാൻ സാധിക്കാതെ വരുന്നതുകൊണ്ട് തനിക്കീ സൗകര്യം ഒരുക്കിത്തരണമെന്ന അച്ഛൻ്റെ ആവശ്യം എതിർപ്പുകൾ ഒന്നുമില്ലാതെതന്നെ അന്ന് അംഗീകരിക്കപ്പെടുകയുണ്ടായി. അങ്ങനെ അച്ഛനാ മത്സരത്തിൽ പങ്കെടുക്കുകയും അത് അനേകം മത്സരങ്ങൾക്ക് തുടക്കമാവുകയും ചെയ്തു. അന്നാ മത്സരത്തിൽ വിജയിച്ചില്ലെങ്കിൽപോലും ഈയൊരു സംഭവം അച്ഛൻ്റെ കരിയറിലെ വലിയ വഴിത്തിരിവുതന്നെയായിരുന്നു. അന്ന് അച്ഛൻ ട്രേഡ് റീമസ്റ്ററിംഗിനായുള്ള ആ പരീക്ഷയിൽ വിജയിക്കുകയും ചെയ്തിരുന്നു.

ഫുട്ബോളിന്റെതന്നെ അനേകം മത്സരങ്ങൾക്കും അതിലേക്കുള്ള

തിരഞ്ഞെടുപ്പുകൾക്കുമായി അച്ഛൻ ഒട്ടേറെ സ്ഥലങ്ങളിലേക്ക് പോവുകയും അവയെല്ലാം തന്നെ അദ്ദേഹത്തിന് വ്യത്യസ്ത അനുഭവങ്ങൾ നൽകുകയുമുണ്ടായി. അദ്ദേഹത്തിന്റെ ആദ്യ പോസ്റ്റിംഗ് താമ്പരം ഫ്ലയിങ് സ്കൂളിലായിരുന്നു. രണ്ടു മുതൽ മൂന്നുമാസം വരെ അവിടെ സേവനമനുഷ്ഠിച്ചു. അതിൽ തുടങ്ങി ധാരാളം സ്ഥലങ്ങളിലേക്ക് ജോലിയുമായി ബന്ധപ്പെട്ട് അദ്ദേഹം നീങ്ങിക്കൊണ്ടിരുന്നു. വ്യത്യസ്ത സർവീസ് ആവശ്യങ്ങൾക്കായി വ്യത്യസ്ത റോളുകളിൽ അച്ഛൻ യാത്ര ചെയ്യുമ്പോൾ ആ യാത്രയിലുടനീളം ഫുട്ബോളും കൂടെതന്നെയുണ്ടായിരുന്നു.

കളിയരങ്ങുകളിൽ കളികൾക്കിടയിൽ പല രസകരമായിട്ടുള്ള സംഭവങ്ങളും അനുഭവങ്ങളും ഉണ്ടാകുന്നത് സാധാരണമാണ്. പിന്നീട് ഓർത്തെടുക്കുമ്പോൾ മുഖത്ത് പുഞ്ചിരി സമ്മാനിക്കുന്ന അത്തരം ഓർമ്മകൾ നമുക്കുനൽകുന്ന പ്രസരിപ്പ് അനുഭവിച്ചുതന്നെ അറിയേണ്ടതാണ്. കളികൾക്കിടയിലും കളിക്കളങ്ങളിലും സംഭവിച്ചിട്ടുള്ള ധാരാളം കാര്യങ്ങളെപ്പറ്റി വിവരിക്കുമ്പോൾ അച്ഛന് ഒരു നേരിയ പുഞ്ചിരി മുഖത്തെന്നും പ്രത്യക്ഷപ്പെടാറുണ്ട്. വാർദ്ധക്യകാലത്ത് അതൊരുതരം സഞ്ചാരം തന്നെയാണ്. ഓർമ്മകളിലേക്ക് തിരിച്ചു പോകുന്നത് ഭൂതകാലത്തേക്കൊരു സഞ്ചാരം പോലെയാണ്.

ഭൂതകാലത്തിലെ സംഭവങ്ങളിലേക്ക് തിരിഞ്ഞു നോക്കുമ്പോൾ മാനസികമായ ഒരു ഉന്മേഷവുംകൂടി നാം അറിയാതെ നമ്മെ പൊതിഞ്ഞു കിടക്കും എന്നുള്ളത് എല്ലാവരും അനുഭവിച്ചറിഞ്ഞിട്ടുള്ള ഒന്നായിരിക്കുമല്ലോ. ഒരു ഓർമ്മയിലേക്ക് തിരിച്ചു പോകുമ്പോൾ അനുഭവപ്പെടുക, ആ ഓർമ്മയിലെ നമ്മൾ തന്നെയാണ് ഇപ്പോഴുള്ള നമ്മളും എന്നായിരിക്കും. കൂടിവന്ന പ്രായമോ മാറിയ ജീവിത സാഹചര്യങ്ങളോ അവ നൽകിയ യാഥാർത്ഥ്യങ്ങളോ മങ്ങിത്തുടങ്ങുന്ന ഒരു അനുഭൂതിയാണത്. നല്ല ഓർമ്മകൾ എന്നും മാനസികമായും ശാരീരികമായുമുള്ള ഉന്മേഷം നൽകാൻ ശേഷിയുള്ളവയാണ്. ചുറ്റുമുള്ളവയെല്ലാം മാറി മറിഞ്ഞു പോയാലും മായാതെയും മാറാതെയും നമ്മിൽ അവശേഷിക്കുന്നവ ഓർമ്മകളായിരിക്കും. അവയെന്നും നിലനിൽക്കുന്നവയായതുകൊണ്ടുതന്നെയാണല്ലോ ഓർമ്മകൾ കാലാതീതമായവയാണ് എന്ന് പറയപ്പെടുന്നതും.

നമുക്കുണ്ടായിട്ടുള്ള ഓർമ്മകൾ എന്നും സന്തോഷം നൽകുന്നവയാകണമെന്നില്ല. നമ്മുടെ ജീവിതത്തിൽ കയ്പ്പേറിയ ഓർമ്മകളും നിറഞ്ഞു നിൽക്കുന്നുണ്ടാകും. അവ ആരാലും ഓർക്കപ്പെടാൻ ഇഷ്ടപ്പെടാത്തവയുമായിരിക്കും. അത്തരം ഓർമ്മകളിൽ ചിലതിനെ മറക്കാൻ ശ്രമിക്കുന്നവരും മറവിക്ക് വിട്ടുകൊടുക്കാതെ

കൂടെ കൂട്ടുന്നവരും ഉണ്ടായിരിക്കും. തലച്ചോറിൽ നിന്ന് മായ്ച്ചു കളയാൻ ശ്രമിച്ചാൽപോലും അവ മാഞ്ഞങ്ങു പോകാത്തത് മനുഷ്യരാശിയുടെ പ്രത്യേകതയുമാണല്ലോ. മറ്റു ചില ഓർമ്മകളുണ്ട്. അവ ഭൂതകാലത്തിൽ അതനുഭവിക്കുമ്പോൾ വേദന നൽകിയവയായിരിക്കും. വളരെയധികം മാനസികമായി പ്രശ്നങ്ങൾ ഉണ്ടാക്കിയവയുമായിരിക്കും. എന്നാൽ അവയെ വളരെയധികം കാലങ്ങൾ കഴിഞ്ഞ് ഓർത്തെടുക്കുമ്പോൾ വെറും തമാശയായി തോന്നുകയും ചെയ്യും. ഒരു പുഞ്ചിരിയോടെ മാത്രം ഓർക്കാൻ ഇഷ്ടപ്പെടുന്നവയായി അവ മാറുകയും ചെയ്തു എന്നുവരാം. അച്ഛനും അത്തരത്തിലുള്ള കഥകൾ ധാരാളം പറയാനുണ്ടായിരുന്നു.

പണ്ട് മത്സരങ്ങൾക്കിടയിൽ പലതരം സംഭവങ്ങൾ ഉണ്ടാകുന്നത് സാധാരണമായിരുന്നു. ഇന്നും കാൽപന്തുകളി അങ്ങനെതന്നെയാണല്ലോ. എത്രയെത്ര സംഭവങ്ങളാണ് ഗ്രൗണ്ടിലും ഗ്യാലറിയിലുമായി സംഭവിക്കുന്നത്. ഗ്രൗണ്ടിനകത്ത് മത്സരങ്ങളുടെ ഇടയിൽ സംഭവിക്കുന്ന വെല്ലുവിളികളും ധാരാളമാണ്. കാണികളെ ആവേശം കൊള്ളിക്കുന്നതിനായി കളിക്കാർ പലതരത്തിൽ ആശയവിനിമയം നടത്താറുണ്ട്. കളിക്കാരുടെ ആംഗ്യങ്ങളും മുഖഭാവങ്ങളുംവരെ കാണികൾ

ശ്രദ്ധിക്കാറുമുണ്ട്. വലിയ ഫുട്ബോൾ മത്സരങ്ങൾ നടക്കുന്ന വേദികളിൽ എത്രയെത്ര സംഭവങ്ങളാണ് ഗാലറികളിൽ ഉണ്ടാകുന്നത്. ഗോളടിക്കുമ്പോളുള്ള ആർപ്പുവിളികൾ, നിശബ്ദതയുടെ നിമിഷങ്ങൾ, പ്രോത്സാഹനങ്ങൾ, കൈയ്യടികൾ, മത്സരം തോൽവിയോട് അടുക്കുകയോ ഒരു ഗോൾ നഷ്ടപ്പെടുകയോ ഒക്കെ ചെയ്യുമ്പോളുള്ള നിരാശയുടെ ദീർഘനിശ്വാസങ്ങൾ, അങ്ങനെ എത്രയെത്ര സംഭവങ്ങൾ. ഗ്രൗണ്ടിനകത്തും പലതരം കാഴ്ചകൾ കാണാം. വിജയത്തിനൊടുവിൽ തങ്ങളുടെ ടീമംഗങ്ങളെ പരസ്പരം വാരിപ്പുണരുന്ന കളിക്കാർ, ഗോളിനൊടുവിൽ സന്തോഷത്താൽ തുള്ളിച്ചാടുന്നവർ, ടീഷർട്ട് ചുഴറ്റി സന്തോഷം പങ്കുവയ്ക്കുന്നവർ, പ്രതീക്ഷിക്കാത്ത വെല്ലുവിളികളോ നഷ്ടപ്പെടലുകളോ ഉണ്ടാകുമ്പോൾ ശബ്ദമുയർത്തി നിരാശ പ്രകടിപ്പിക്കുന്നവർ, സ്വയം ആത്മവിശ്വാസം കണ്ടെത്തുകയും ടീമിലുള്ളവർക്ക് അത് പകർന്നു കൊടുക്കുകയും ചെയ്യുന്ന കളിക്കാർ, സന്തോഷത്താലോ ദുഃഖത്താലോ കണ്ണുകൾ നിറയുന്ന കളിക്കാരും കാണികളും, കുട്ടികളും മുതിർന്നവരും, അങ്ങനെ അനേകം സംഭവങ്ങളുടെ ഒരു കേന്ദ്രമായിരിക്കും ഒരു കളിസ്ഥലം എന്നു പറയുന്നത്. കളിക്കളങ്ങളിൽ പ്രോത്സാഹിപ്പിക്കാൻ സാധിക്കാത്ത ചില സംഭവങ്ങളും ഉടലെടുക്കാറുണ്ട്. അവ പിന്നീട്

ഓർത്തെടുക്കുമ്പോളാകട്ടെ തമാശയായി മാറുകയും ചെയ്തേക്കാം.

പണ്ടൊക്കെ അച്ഛൻ കളിച്ചിട്ടുള്ള മത്സരങ്ങൾക്കിടയിൽ ഒരു ടീമിനോടുള്ള വാശി പ്രകടിപ്പിക്കുന്നതിനായി ചില എതിർ ടീമിലെ അംഗങ്ങൾ ചെയ്തിരുന്ന കാര്യങ്ങളെക്കുറിച്ച് അച്ഛൻ ഒരിക്കൽ വിവരിക്കുകയുണ്ടായി. കളിയിൽ തോറ്റു കഴിഞ്ഞാൽ അവർ പല രീതികളിലായിരുന്നു അവരുടെ സങ്കടവും നിരാശയും കളിച്ചു ജയിച്ച ടീമിനോടുള്ള നീരസവും പ്രതിഫലിപ്പിച്ചിരുന്നത്. അന്നൊക്കെ വാശിയേറിയ പോരാട്ടങ്ങൾക്കൊടുവിൽ ഇത്തരം അനുഭവങ്ങൾ ഉണ്ടാകുന്നത് നിരന്തരമായി സംഭവിക്കാറുള്ളവയായിരുന്നു. ടീമംഗങ്ങളെ പുച്ഛിക്കുകയും ഇവർക്ക് നേരെ തുപ്പുകയുംവരെ ചെയ്യുന്ന എതിരെ കളിച്ച ടീമുകളും അതിലെ അംഗങ്ങളും ഉണ്ടായിരുന്നു. അതൊന്നും പക്ഷെ തങ്ങളുടെ ടീമിനെ ഒരിക്കൽപോലും ബാധിച്ചിരുന്നില്ല. അന്ന് അതൊക്കെ വിഷമകരമായ സന്ദർഭങ്ങളായി അനുഭവപ്പെട്ടിരിക്കാമെങ്കിലും ഇപ്പോൾ ഓർക്കുമ്പോൾ അതങ്ങനെ ആയിരിക്കുകയില്ലല്ലോ. പലപ്പോഴും റഫറിയുടെ ശ്രദ്ധയിൽ പെടാതെയായിരുന്നു മറ്റു ചില ടീമുകളിലെ അംഗങ്ങൾ ഇത് ചെയ്തിരുന്നത്. അച്ഛൻ കളിച്ചിട്ടുള്ള ടീമുകളിലോ ടീം അംഗങ്ങൾക്കിടയിലോ ഒന്നും ഇത്തരം പ്രവർത്തികൾ നടന്നിട്ടില്ലാത്തത്

അച്ഛൻ എന്നും അഭിമാനത്തോടെ നോക്കിക്കണ്ട കാര്യവുമായിരുന്നു. വളരെയധികം അച്ചടക്കത്തോടെ മാത്രം കളിയരങ്ങുകളിൽ പെരുമാറുകയും എല്ലാവരെയും അങ്ങനെ തന്നെ സമീപിക്കുകയും ചെയ്തിരുന്നതുകൊണ്ടുതന്നെ അത് അംഗീകരിക്കപ്പെടുകയും ചെയ്തതിനെ കുറിച്ച് അച്ഛൻ ഓർത്തെടുക്കാറുണ്ട്. കണ്ണൂരിൽ വച്ച് നടന്ന മത്സരത്തിൽ മികച്ച ഡിസിപ്ലിൻ ടീം എന്ന അംഗീകാരവും അതിനാൽ ലഭിക്കുകയുണ്ടായി.

ചില അനുഭവങ്ങൾ പാഠങ്ങളായി മാറുകയാണുണ്ടാവുക. പല കാര്യങ്ങളും ചില കാരണങ്ങൾ കൊണ്ടു മാത്രം ചെയ്തു പോയതിൽപ്പിന്നെ അതു ചെയ്യേണ്ടിയില്ലായിരുന്നു എന്ന തോന്നലും നമ്മെ ബാധിച്ചേക്കാം. ചിലതാവട്ടെ യാഥാർത്ഥ്യത്തിൽ നിന്ന് വ്യത്യസ്തമായിട്ടാവും അത് പുറത്തുള്ള ഒരാൾക്ക് തോന്നുന്നതും. അതിനോട് ചേർന്നു നിൽക്കുന്ന, ആ കാര്യങ്ങളിൽ നേരിട്ടു പങ്കാളിയാകുന്ന വ്യക്തിക്ക് മാത്രമേ അതിലെ യാഥാർത്ഥ്യങ്ങൾ നേരിട്ടറിയുകയുമുള്ളൂ. അച്ഛൻ്റെ ഫുട്ബോൾ ജീവിതത്തിലും അത്തരത്തിൽ ഒരു അനുഭവം ഉണ്ടായിട്ടുണ്ട്. പണ്ടൊക്കെ സെവൻസ് കളിക്കുക എന്നത് അത്രയധികം ആവേശത്തോടെ നടന്നു പോന്നിരുന്നതായിരുന്നു. പല പ്രദേശങ്ങളിലും

ഇത്തരം മത്സരങ്ങൾ സംഘടിപ്പിച്ചിരുന്നു. ആ പ്രദേശങ്ങളിലെ ജനങ്ങൾ ഏറ്റവുമധികം ഇഷ്ടപ്പെട്ട് കളികാണുന്നതിനായി ഒത്തുകൂടുകയും ചെയ്തിരുന്നു. ഇത്തരം കളികൾ ചലച്ചിത്രങ്ങളിലൂടെയുംമറ്റും പ്രത്യക്ഷപ്പെടുന്നതും ശ്രദ്ധയിൽ പെടാറുണ്ടല്ലോ. ജനസാഗരങ്ങൾ ഒഴുകിയെത്തുന്നത് അന്ന് സാധാരണമായ കാഴ്ചയായിരുന്നു. ഇത്തരം കളികളുടെ പ്രത്യേകത, ഇവ കാശിനുവേണ്ടി കളിക്കുന്നവയായിരുന്നു എന്നതാണ്. ഇത്തരം കളികൾ സംഘടിപ്പിക്കുമ്പോൾ കളിക്കാൻ ടീമുകൾ എത്തുന്നതും, വിജയിച്ചാൽ ലഭിക്കുന്ന ഉയർന്ന രീതിയിലുള്ള പണം ലക്ഷ്യംവച്ചുകൊണ്ടായിരുന്നു. നിരന്തരം സെവൻസ് കളിച്ചിരുന്ന ടീമുകൾ അന്നുണ്ടായിരുന്നു. വളരെ വിപുലമായിത്തന്നെ അത്തരം മാച്ചുകൾ സംഘടിപ്പിക്കപ്പെടുകയുമുണ്ടായി. അച്ഛൻ പക്ഷെ അത്തരം മത്സരങ്ങൾക്കൊന്നും ഒട്ടുംതന്നെ താൽപര്യം കാണിച്ചിരുന്നില്ല. പണം വച്ചുള്ള ഇത്തരം മത്സരങ്ങൾക്ക് പോകുകയോ അതിൽ പങ്കെടുത്ത് വിജയിച്ച് ധാരാളം പണം ഉണ്ടാക്കാം എന്ന ചിന്ത അച്ഛനെ ബാധിക്കുകയോ അക്കാലങ്ങളിൽ ചെയ്തിരുന്നില്ല എന്ന് അച്ഛൻ പലപ്പോഴും പറയാറുണ്ട്. തൻറെ ടീമിനെയും ഫുട്ബോൾ കളിയെയും അത്രയധികം സ്നേഹിക്കുകയും ആദരിക്കുകയും ചെയ്തിരുന്ന അദ്ദേഹത്തെ

അത്തരം പ്രലോഭനങ്ങൾ ഏതു രീതിയിലും ബാധിച്ചില്ല എന്ന് വേണം പറയാൻ.

ജീവിതത്തിൽ ആദ്യമായും അവസാനമായും അച്ഛന് ഒരു സെവൻസ് മത്സരം കളിക്കേണ്ട സാഹചര്യം ഒരിക്കൽ ഉണ്ടാവുകയാണുണ്ടായത്. അത് അച്ഛൻറെ താല്പര്യത്തോടുകൂടിയുള്ളതായിരുന്നില്ല. അതിൽനിന്ന് കിട്ടാവുന്ന പ്രതിഫലം അച്ഛനെ ഒട്ടും മോഹിപ്പിച്ചതുമില്ല. വ്യക്തിബന്ധങ്ങൾക്ക് കൂടുതൽ പ്രാധാന്യം കൊടുത്തിരുന്ന അച്ഛന്, അത് ജീവിതത്തിൽ എന്നും തന്നെ കാത്തുസൂക്ഷിച്ചിരുന്ന അദ്ദേഹത്തിന്, അത്തരം ഒരു മത്സരത്തിൽ പങ്കാളിയാകേണ്ടി വന്നതായിരുന്നു. അതുമായി ബന്ധപ്പെട്ട് അച്ഛന് ജീവിതത്തിലൊരിക്കലും മറക്കാൻ കഴിയാത്ത ഒരനുഭവം ഉണ്ടാവുകയും ചെയ്തു.

അത് എയർഫോഴ്സിൽ ജോലി ചെയ്തിരുന്ന സമയമായിരുന്നു. ഒരിക്കൽ അപ്രതീക്ഷിതമായി അച്ഛന് ഏറ്റവും പരിചയമുള്ള ചില ഫുട്ബോൾ കളിക്കാർ വീട്ടിൽ അച്ഛനെ കാണാൻ എത്തുകയുണ്ടായി എന്നായിരുന്നു അച്ഛൻ ആ സംഭവത്തെക്കുറിച്ച് പറഞ്ഞു തുടങ്ങിയത്. അവർ കോഴിക്കോട് ജില്ലയിൽ നിന്നുമുള്ള കളിക്കാരായിരുന്നു. അച്ഛന് ഏറ്റവും അടുത്തറിയാവുന്ന, അന്ന് മികച്ച രീതിയിൽ കളിക്കുകയും പല ഉന്നതമായ ടീമുകളിലും മത്സരങ്ങളിലും കളിച്ചു പരിചയവുമുള്ളവരും അന്നാ വീട്ടിലേക്കുവന്ന കളിക്കാരിലുണ്ടായിരുന്നു. അന്നവർ അച്ഛനെ

വീട്ടിൽ വന്നു സന്ദർശിച്ചതിന് മറ്റൊരു കാരണവുമുണ്ടായി. അവരുടെ കൂടെ സെവൻസ് മാച്ച് കളിക്കുന്നതിനായി അച്ഛൻ ചെല്ലണമെന്ന ആവശ്യമായിരുന്നു അവർ മുന്നോട്ടുവച്ചത്. തനിക്കിത്തരം മത്സരങ്ങളോട് താൽപര്യമില്ലെന്നും അതിനു പ്രതിഫലമായി കിട്ടുന്ന പണം തന്നെ ഒട്ടും ആകർഷിച്ചിട്ടില്ലെന്നും അവരോടച്ഛൻ ആദ്യംതന്നെ പറയുകയുണ്ടായി. ഈ മത്സരം ജയിച്ചാൽ കിട്ടുന്ന പണത്തിനു വേണ്ടിയല്ല, അവരുടെ കൂടെ മത്സരത്തിൽ പങ്കെടുക്കാൻ അദ്ദേഹം ചെല്ലുക മാത്രം മതി എന്നിങ്ങനെയൊക്കെ പറയുകയും അതിൽ നിന്നുള്ള പണം സ്വീകരിക്കാൻ നിർബന്ധിക്കുകയില്ലെന്നും, അച്ഛൻറെ സാന്നിധ്യം ഈ മത്സരത്തിൽ വേണമെന്ന് അവർ ആഗ്രഹിക്കുന്നുണ്ടെന്നുമൊക്കെ പറഞ്ഞ് അവർ അഭ്യർത്ഥിച്ച് കൂടെ കൂടിയതുകൊണ്ട് അത് നിരസിക്കാൻ അന്ന് അച്ഛന് കഴിയാതെ വന്നു. തനിക്ക് അടുപ്പമുള്ളവർ അത്രയുമധികം നിർബന്ധിച്ചതിനുശേഷവും വരില്ലെന്നു പറയാൻ അച്ഛന് പ്രയാസമുണ്ടായിരുന്നു.

അന്ന് കണ്ണൂർ ജില്ലയിലെ വളവട്ടം എന്ന സ്ഥലത്തുവച്ചായിരുന്നു ആ സെവൻസ് മത്സരം സംഘടിപ്പിക്കപ്പെട്ടത്. അന്ന് ഒരുപാടുപേർ ആ കളി കാണുന്നതിനായി അവിടെ എത്തിച്ചേർന്നിട്ടുമുണ്ടായിരുന്നു. കാണികൾക്കുമുന്നിൽ നടന്ന വാശിയേറിയ

മത്സരത്തിനൊടുവിൽ കളിച്ചു ഫൈനലിൽ വിജയിക്കാനും അന്നാ ടീമിന് സാധിക്കുകയുണ്ടായി. അതുകഴിഞ്ഞുണ്ടായ സംഭവവികാസങ്ങളാകട്ടെ അച്ഛൻ ഒട്ടും പ്രതീക്ഷിച്ചതുമായിരുന്നില്ല.

അതിനുശേഷം ഒരു മത്സരത്തിൽ പങ്കെടുക്കുന്നതിനായി അച്ഛൻ കണ്ണൂരിലേക്ക് പോകുകയുണ്ടായി. ആ വേദിയിൽവച്ചാണ് ഒട്ടും പ്രതീക്ഷിക്കാതെ ഒരു റിപ്പോർട്ടർ തൻെറ അരികിലേക്ക് വരുന്നത് അച്ഛൻ ശ്രദ്ധിക്കുന്നത്. അദ്ദേഹം മലയാള മനോരമയിൽ നിന്നുമുള്ള ആളായിരുന്നു. അച്ഛൻ കണ്ണൂരിൽ സെവൻസ് മാച്ച് കളിക്കുന്നതിനായിച്ചെന്ന വിവരമറിഞ്ഞുള്ള വരവായിരുന്നു അത്. താങ്കളെപ്പോലുള്ള, ഫുട്ബോളിൽ വളരെയധികം മികച്ച പ്രകടനങ്ങൾ സമ്മാനിച്ചിട്ടുള്ള, അത്രയുമധികം പേരുകേട്ട ഒരു വ്യക്തി സെവൻസ് മത്സരങ്ങൾ പോലെയുള്ളവയിലേക്ക് കളിക്കാനായി ചെല്ലുക എന്നത് തീർത്തും ഒഴിവാക്കേണ്ടിയിരുന്ന കാര്യമാണെന്നും പണത്തിനായി കളിക്കുന്ന അത്തരം മത്സരങ്ങളിൽ പങ്കെടുക്കുന്നത് വിലകേടാണെന്നും മറ്റും അന്ന് ആ റിപ്പോർട്ടർ അച്ഛനോട് പറയുകയുണ്ടായത്രേ. താൻ മറ്റുള്ളവരുടെ നിർബന്ധത്തിനു വഴങ്ങി അവിടേക്ക് പോയതാണെന്നും പണത്തിനു വേണ്ടിയായിരുന്നില്ലെന്നുമൊക്കെ പറഞ്ഞിട്ടും

റിപ്പോർട്ടർ സ്വന്തം അഭിപ്രായത്തോടുറച്ചുതന്നെ നിന്നിരുന്നു. താങ്കളെപ്പോലെയുള്ള കളിക്കാർ ഇത്തരം മത്സരങ്ങൾക്ക് ചെല്ലരുതെന്നുറപ്പിച്ചുതന്നെ പറഞ്ഞു. പണം എന്ന ഉദ്ദേശത്തിലൂന്നി അച്ഛൻ കളിക്കാൻ ചെന്നതല്ലെങ്കിൽപോലും അവിടേക്ക് ചെന്നത് ഒരബദ്ധമായിപ്പോയി എന്നച്ഛന് തോന്നാതിരുന്നില്ല. തന്റെ അന്നത്തെ സെവൻസ് കളിക്കാനായിച്ചെന്ന സാഹചര്യം മറ്റൊന്നായിരുന്നെങ്കിൽപോലും ആ റിപ്പോർട്ടറുടെ വാക്കുകളിലൂടെ ജനങ്ങൾ തന്നിൽ അർപ്പിച്ച ബഹുമാനത്തെക്കുറിച്ചും വിശ്വാസത്തെക്കുറിച്ചും തനിക്ക് കാണികളുടെ മനസ്സിലും പുറത്തുമുണ്ടായിരുന്ന ഫുട്ബോളർ എന്ന രീതിയിലുള്ള സ്ഥാനത്തെക്കുറിച്ചും അച്ഛൻ തിരിച്ചറിഞ്ഞ നിമിഷങ്ങളായിരുന്നു അത്. മീഡിയ എന്നത് ജനാധിപത്യത്തിന്റെ നാലാമത്തെ തൂണായിട്ടാണല്ലോ വിശേഷിപ്പിക്കപ്പെടുന്നത്. ഇത്തരം കായിക മത്സരങ്ങളെ ജനങ്ങളിലേക്ക് എത്തിക്കുന്നതിലും അതിലുപരി ഒട്ടേറെ കാര്യങ്ങൾ ചെയ്യുവാനും അന്ന് മീഡിയയ്ക്ക് കഴിഞ്ഞിരുന്നെന്നത് പറയാതെ വയ്യ.

ടെലിവിഷനുകളും മറ്റ് സൗകര്യങ്ങളും ഉണ്ടാകുന്നതിനു മുൻപ്, അന്നത്തെ ജനത പ്രധാനമായും ആശ്രയിച്ചിരുന്നത് റേഡിയോയിലൂടെ പ്രേക്ഷകർക്കായി ഒരുക്കിയിരുന്ന പ്രോഗ്രാമുകളേയാണ്.

ദൂരദർശനും മറ്റും വീടുകളിൽ വരവറിയിച്ചതിനു മുന്നേ ആകാശവാണി എന്നത് ഏവരുടെയും വികാരങ്ങളുമായി ചേർന്നുനിൽക്കുന്ന ഒന്നായിരുന്നു. ഇന്നും റേഡിയോ ശ്രോതാക്കൾ ഉണ്ട് എന്നുള്ളതിൽ അതിശയം ഒന്നുമില്ല. അന്ന് ആകാശവാണിയിലൂടെ പ്രേക്ഷകർക്കെത്തിയിരുന്ന പലതരം പരിപാടികളിൽ ഒന്നായിരുന്നു റേഡിയോയിലൂടെ ശ്രോതാക്കൾ കേട്ടിരുന്ന പലതരം കമന്ററികൾ. പല ഫുട്ബോൾ മത്സരങ്ങൾ നടക്കുമ്പോഴും അവയ്ക്കായി ശ്രോതാക്കൾ കാതോർത്തിരുന്നു. അന്ന് മികച്ച കളിക്കാരെ നേരിട്ടു കാണാതെപോലും അവർക്ക് ആരാധകരുണ്ടായത് ഇത്തരത്തിലായിരുന്നു. കൊയിലാണ്ടി കണാരൻ എന്ന അച്ഛൻറെ പേരും അന്ന് റേഡിയോയിൽ മുഴങ്ങിക്കേട്ടിരുന്നു.

കൊയിലാണ്ടിക്കാർക്കെല്ലാംതന്നെ ഉന്മേഷം നൽകുന്ന ഒന്നായിരുന്നു അന്ന് അച്ഛൻറെ ആ പേര്. അകലെ നടക്കുന്ന മത്സരങ്ങൾക്കായി ഇവിടുത്തെയും ശ്രോതാക്കൾ കാതുകൾ കൂർപ്പിച്ച് കാത്തിരിക്കുമായിരുന്നു. അച്ഛൻ അവരുടെയെല്ലാം സ്വകാര്യ അഹങ്കാരമായിട്ടാണ് അദ്ദേഹത്തെ അവർ കാണുന്നത്. അദ്ദേഹത്തിൻറെ ഫുട്ബോളിലെ അതുല്യമായ സംഭാവനകളെപ്പറ്റി ഇന്നും

ഇവിടുത്തുകാർ ഓർത്തെടുക്കുന്നു. സന്തോഷ് ട്രോഫിയും നെഹ്റു ട്രോഫിയുമുൾപ്പടെയുള്ള കളികളിലെ ആ ലെഫ്റ്റ് ഔട്ട് കണാരൻ എന്ന അച്ഛൻറെ നാമം എന്നും നാട്ടുകാർക്കൊരു ആവേശം തന്നെയാണ്. ഇന്ത്യൻ ഫുട്ബോളിലെ ഒരു ലെജൻഡായിത്തന്നെയാണ് അച്ഛനെ അവർ വിശേഷിപ്പിക്കുന്നത്. അദ്ദേഹത്തിനു കീഴിൽ പരിശീലനം കിട്ടിയിട്ടുള്ള കുട്ടികളും അതിനെ ഒരു ഭാഗ്യമായിത്തന്നെ കാണുന്നു. ഫുട്ബോളിൽ ഒന്നുമില്ലായിരുന്ന തങ്ങളെ എന്തെങ്കിലുമൊക്കെ ആക്കിത്തീർത്തതിലുള്ള കൃതജ്ഞതയും, ഇനിയും അത് തുടരണമെന്നുള്ള ആഗ്രഹവും അവർക്കുണ്ട്.

അച്ഛൻറെ ജീവിതയാത്രയെക്കുറിച്ച് എഴുതുമ്പോൾ അദ്ദേഹത്തിൻറെ മാതാപിതാക്കളെക്കുറിച്ചുള്ള പരാമർശവും സുപ്രധാനമാണല്ലോ. വളരെ വ്യത്യസ്തമായ സ്വഭാവരീതിയായിരുന്നു അച്ഛൻറെ പിതാവിനുണ്ടായിരുന്നത്. അച്ഛനോട് അദ്ദേഹം വിരലിലെണ്ണാവുന്ന സാഹചര്യങ്ങളിൽ മാത്രമേ സംസാരിച്ചിരുന്നുള്ളൂ. അച്ഛൻറെ സ്കൂളിലെ ആവശ്യങ്ങളുംമറ്റും അദ്ദേഹം അറിയിച്ചിരുന്നത് അമ്മയിലൂടെയായിരുന്നു. വീട്ടിലെ കാര്യങ്ങളെല്ലാംതന്നെ കൃത്യമായി നോക്കിയിരുന്ന അച്ഛച്ഛന് അന്ന് കണക്കെഴുത്തായിരുന്നു ജോലി. അദ്ദേഹം ജോലിസ്ഥലത്തുനിന്ന് തിരിച്ച് ഉച്ചഭക്ഷണം കഴിക്കുന്നതിനായി എത്തുമ്പോൾ കുറച്ചു

ഭക്ഷണം കളിച്ചു ക്ഷീണിച്ച് സ്കൂളിൽനിന്ന് മടങ്ങിയെത്തുന്ന അച്ഛനുവേണ്ടി മാറ്റിവയ്ക്കുമായിരുന്നത്രേ. അടുക്കും ചിട്ടയുമുള്ള അദ്ദേഹത്തിൻറെ ജീവിതത്തെപ്പറ്റി അച്ഛൻ ഓർത്തെടുക്കുന്നു. അച്ഛൻ എല്ലാ കാര്യങ്ങളും പങ്കുവയ്ക്കുന്നതും അറിയിക്കുന്നതുമൊക്കെ ചെയ്തിരുന്നത് അദ്ദേഹത്തിൻറെ മാതാവിനോടായിരുന്നു.

രോഗശയ്യയിൽ കിടന്നിരുന്ന പിതാവിനെ കണ്ടു മടങ്ങിയതിനു ശേഷം 1971ൽ മദ്രാസിൽ വച്ച് സന്തോഷ് ട്രോഫി മത്സരം നടക്കുന്ന ദിവസമാണ് അദ്ദേഹത്തിൻറെ മരണവാർത്ത അച്ഛനറിയുന്നത്. അത് മത്സരത്തിനു ശേഷമായിരുന്നു. മത്സരം നടക്കുന്നതിനാൽ ടെലഗ്രാം വന്നതോ പിതാവ് മരിച്ചതോ ഒന്നുംതന്നെ അച്ഛനെ മേലുദ്യോഗസ്ഥർ അറിയിക്കുകയുണ്ടായില്ല. കളി അവസാനിച്ചതിനുശേഷം നാട്ടിലേക്ക് പോകേണ്ടതുണ്ടോ എന്ന അവരുടെ ചോദ്യത്തിൽ നിന്നുതന്നെ അച്ഛൻ എല്ലാം മനസ്സിലാക്കി. അതുകഴിഞ്ഞ് അദ്ദേഹം നാട്ടിലേക്ക് പോയെങ്കിലും സംസ്കാര ചടങ്ങുകൾ കഴിഞ്ഞിരുന്നതിനാൽ പിതാവിൻറെ മരണസമയത്ത് അച്ഛന് അദ്ദേഹത്തെ കാണാൻ സാധിച്ചില്ല.

ജീവിതപങ്കാളി എന്ന നിലയിൽ അച്ഛൻറെ ജീവിതത്തിൽ

അമ്മയ്ക്കുണ്ടായിരുന്ന സ്ഥാനം വളരെ വലുതായിരുന്നു. ആരോഗ്യപ്രശ്നങ്ങൾ കാരണം അച്ഛൻറെ കളികൾ കാണാൻ അമ്മ എത്തിയിരുന്നില്ലെങ്കിലും അദ്ദേഹത്തിന് എല്ലാ പിന്തുണയും നൽകിക്കൊണ്ട് സ്വന്തം മരണംവരെ അമ്മ കൂടെയുണ്ടായിരുന്നു. കളിസ്ഥലങ്ങളിൽ തനിക്ക് ഉണ്ടാകുന്ന പരിക്കുകളോ മറ്റോ കാണാനും അത് ഉൾക്കൊള്ളാനുമൊക്കെയുള്ള ശക്തി അമ്മയ്ക്ക് ഉണ്ടായിരുന്നില്ല എന്ന് അച്ഛൻ ഇപ്പോഴും ഓർത്തെടുക്കും. എയർഫോഴ്സുമായും ഫുട്ബോളുമായും വളരെയധികം ബന്ധമുണ്ടായിരുന്ന കുടുംബമായിരുന്നു അമ്മയുടെതും. അവരുടെ വിവാഹം വരെയുള്ള രസകരമായ കഥകൾ അച്ഛൻ ഒരു ചെറുപുഞ്ചിരിയോടെ, എന്നാൽ വിട്ടു പിരിയലിന്റെ നോവോടെ ഓർത്തെടുക്കാറുണ്ട്. അമ്മയുടെ വലിയ ആരോഗ്യപ്രശ്നങ്ങൾക്കിടയിൽ പലതവണ ജീവിതത്തിലേക്ക് അവർ തിരിച്ചുവരികയും അവസാനം ഞങ്ങളെ വിട്ടു പിരിയുകയും ചെയ്ത സന്ദർഭങ്ങളിൽ അതിനെയെല്ലാം അഭിമുഖീകരിച്ചും തരണംചെയ്തും അച്ഛൻ ജീവിതത്തിലും ഞങ്ങൾക്ക് ഒരു പാഠമായിത്തീരുകയായിരുന്നു.

കാൽപന്തുകളി എന്നത് ഞങ്ങളുടെയും നെഞ്ചിനോട് ചേർന്നുതന്നെ നിന്നു. മക്കൾ കളിക്കുന്നു എന്നത് അച്ഛനും എന്നും

സന്തോഷം നൽകിയിരുന്നു. എന്നാൽ വിദ്യാഭ്യാസം വളരെ പ്രധാനപ്പെട്ടതാണ് എന്ന അഭിപ്രായത്തിൽ അച്ഛൻ ഉറച്ചുതന്നെ നിന്നു. ക്രിക്കറ്റ് പോലുള്ള കളികളിൽ നിന്ന് ഏറെ വ്യത്യസ്തമായാണ് ഇന്നത്തെ സാഹചര്യത്തിൽ കാൽപന്തുകളി നിൽക്കുന്നത് എന്നുള്ള യാഥാർത്ഥ്യത്തെക്കുറിച്ച് അച്ഛൻ എന്നും പറഞ്ഞു തരുമായിരുന്നു. ഒരു കരിയർ ഉണ്ടാക്കിയെടുക്കുക എന്നത് ഏറ്റവും പ്രധാനപ്പെട്ട കാര്യമാണെന്നും കളിയിലേക്ക് മാത്രമായി ശ്രദ്ധതിരിയുമ്പോൾ കരിയർതന്നെ നഷ്ടപ്പെട്ടേക്കാം എന്നും അച്ഛൻ നിരന്തരം ഞങ്ങളെ ഓർമിപ്പിച്ചുകൊണ്ടേയിരുന്നു.

5. അനശ്വരമീ ഓർമ്മകളും അടയാളപ്പെടുത്തലുകളും.

അച്ഛനേറ്റവും പ്രിയപ്പെട്ടവർക്ക് അദ്ദേഹത്തെക്കുറിച്ച് പറയാനുള്ളതൊക്കെയും അവരുടെ വാക്കാൽത്തന്നെ ഇവിടെ കുറിച്ചിടാൻ ആഗ്രഹിക്കുന്നു.

ചില സൗഹൃദങ്ങൾ

രക്തബന്ധങ്ങളേക്കാൾ അടുപ്പവും ദൃഢവുമുള്ളതായിരിക്കും. അത്തരം ഒരു വർണ്ണനാതീതമായ സ്നേഹബന്ധമാണ് എനിക്ക് കണാരേട്ടനുമായുള്ളത് . പരിചയപ്പെട്ടതുമുതൽ ഒരു ജ്യേഷ്ഠസഹോദരനെന്നപോലെ ഞാൻ മനസ്സിൽ കൊണ്ടുനടക്കുന്ന വ്യക്തിപ്രഭാവം.

ആരാലും അറിയപ്പെടാതെ മേലൂരിന്റെ മണ്ണിൽ കാൽപ്പന്തുകളിയുമായി നടന്നിരുന്ന എന്റെ ബാല്യകൗമാരകാലം. കോതമംഗലം സ്കൂളിൽ നിന്നും കൊയിലാണ്ടി ബോയ്സ് ഹൈസ്കൂളിലേക്കുള്ള സ്ഥാനക്കയറ്റം ഒരുപാട് പുതിയ ബന്ധങ്ങൾക്കും അറിവുകൾക്കും സഹായകമായി.

ഹൈസ്കൂളിന്റെ ഒരു പ്രധാന ആകർഷണം പൂഴിമണലും ചെറുപുല്ലുകളും നിറഞ്ഞ

കൊയിലാണ്ടി മൈതാനം ആയിരുന്നു . വിക്ടറി ടാക്കീസിൽ വരുന്നവരും പോവുന്നവരുമായ ഒരു നല്ല നിര വൈകുന്നേരങ്ങളിൽ അവിടെ സജീവമായിരുന്നു.

കൂട്ടുകാരുമൊത്ത് മൈതാനിയിൽ ഇരുന്ന് കഥപറയുന്ന ഒരു വൈകുന്നേരം, സുഹൃത്ത് സോണി രാഘവനിലൂടെ ആയിരുന്നു കൊയിലാണ്ടിയെ പുളകംകൊള്ളിക്കുന്ന കാൽപ്പന്തുകളിക്കാരൻ കണാരേട്ടന്റെ വിശേഷം ഞാൻ അറിയുന്നത്. ഒരത്ഭുതത്തോടെ കേട്ടിരുന്ന ഞാൻ അന്നത്തെ മാതൃഭൂമി, മനോരമ മുതലായ പത്രങ്ങളിൽ നിറഞ്ഞുനിന്ന കണാരേട്ടനെക്കുറിച്ച് കൂടുതൽ മനസ്സിലാക്കി.

ദൃശ്യമാധ്യമങ്ങളോ, മറ്റു സോഷ്യൽ മീഡിയകളോ ഇല്ലാതിരുന്ന ഞങ്ങളുടെ ബാല്യകാലത്ത്, കാൽപന്തുകളിയായിരുന്നു എന്നും ഹരം പകർന്നിരുന്നത്. ഫുട്ബാൾ കളിയില്ലാത്ത വൈകുന്നേരങ്ങൾ വിരളമായിരുന്ന നാട്ടിൻപുറം. ചെറുപ്പംമുതൽ കാൽപ്പന്തുകളി ഒരു ഹരമായി കണ്ടിരുന്ന എനിക്ക് കണാരേട്ടനെ കുറിച്ചുള്ള അറിവ് കൂടുതൽ ആവേശം നൽകി. തന്റെ മാന്ത്രികസ്പർശനത്താൽ കാൽപ്പന്തുകൊണ്ട് കവിത രചിക്കുന്ന "പന്തലായനിക്കാരൻ കണാരൻ" എന്ന ഫുട്ബാൾ കളിക്കാരനെ

കുറിച്ചു വിവരണം ഇല്ലാതെ മനോരമയോ മാതൃഭുമിയോ കാണാൻ കഴിയാത്ത കാലമായിരുന്നു അത്. "സർവ്വീസസ് ,എച്ച് എ എൽ " എന്നീ പ്രശസ്ത ടീമുകൾക്കുവേണ്ടി ജേർസി അണിഞ്ഞ കണാരേട്ടന്റെ തകർപ്പൻ ഷോട്ടുകൾ എതിരാളികളുടെ ഗോൾ വല കുലുക്കുന്ന വാർത്തകൾ ഫുട്ബാൾ പ്രേമികൾക്ക് ആവേശം പകർന്നു.
"കൊയിലാണ്ടി പെലെ"
എന്ന പി പി ഗോപാലനും, കണാരനും അന്നത്തെ കായികലേഖകൻമാരുടെ മനോഹരമായ വിവരണങ്ങളിലൂടെ വായനക്കാരിൽ ജീവിക്കുകയായിരുന്നു...

പിന്നെ കണാരേട്ടനെ തേടിനടന്ന ദിനങ്ങൾ... ഒന്ന് കാണാനും, പരിചയപ്പെടാനും വെമ്പുന്ന മനസ്സുമായി നടന്നകാലം ഓർമയിൽ ഇന്നും പച്ചപിടിച്ചു നിൽക്കുന്നു. കാലം ഒരുപാട് കടന്നുപോയി. ജീവിതയാത്രയിൽ ഒരുപാട് മുഖങ്ങളെ കണ്ടുമുട്ടി എങ്കിലും കണാരേട്ടനെ എവിടെയും കാണാൻ കഴിഞ്ഞിരുന്നില്ല.

വർഷങ്ങൾക്കുശേഷം ഒരു വൈകുന്നേരം, മൈതാനത്തിരിക്കുമ്പോൾ തികച്ചും യാദൃശ്ചികമായിട്ടായിരുന്നു ഞാൻ കണാരേട്ടനെ കാണാനും പരിചയപ്പെടാനും ഇടയായത് . ആ പരിചയം വളർന്ന്, വളർന്ന് വിലമതിക്കാനാവാത്ത ഒരു സൗഹൃദമായി മാറി.

ആ സൗഹൃദം ഇന്നും നിലനിൽക്കുന്നു.

കണാരേട്ടന്റെ ഓർമകൾ ഇപ്പോഴും പച്ചപിടിച്ചു നിൽക്കുന്ന മനസ്സുമായി അദ്ദേഹത്തിന്റെ ഈ ൮൦ാം പിറന്നാൾ ദിനത്തിൽ ഒരുപാട് ഒരുപാട് നന്മകൾ നേരുന്നു .

പന്ത് കളിയിലൂടെ കണാരേട്ടൻ കോരിത്തരിപ്പിച്ച അനേകായിരം മനസ്സുകൾ അദ്ദേഹത്തിന് നന്മകൾ നേരുമെന്നറിയാം, എങ്കിലും ഞാനെന്ന ഈ എളിയ ആരാധകനും ഇവിടെ മനസ്സ്തുറക്കട്ടെ, നന്മകൾ നേരട്ടെ.
സ്നേഹപൂർവം
ബാലു നായർ - ബറോഡ.

- ശ്രീ. ബാലഗോപാലൻ.

പ്രിയപ്പെട്ട കണാരേട്ടന്,

ഹൃദയം നിറഞ്ഞ ജന്മദിനാശംസകൾ.

നിങ്ങളെ വാക്കുകൾ കൊണ്ട് എങ്ങനെ വർണ്ണിക്കണമെന്ന് എനിക്കറിയില്ല, താങ്കൾ ഒരു പൂർണ്ണതയുടെയും പോസിറ്റിവിറ്റിയുടെയും ആളാണ്. താങ്കൾക്ക് എൺപത് വയസ്സായി എന്ന് പറഞ്ഞാൽ പോലും പതിനെട്ട് എന്ന് തെറ്റിദ്ധരിക്കാൻ സാധ്യതയുണ്ട്.

മനുഷ്യരാശിക്ക് വേണ്ടിയുള്ള താങ്കളുടെ നിസ്വാർത്ഥ സേവനങ്ങൾ വളരെ

അഭിനന്ദനാർഹമാണ്, താങ്കൾ ചെയ്ത നല്ല കാര്യങ്ങൾ മറ്റുള്ളവർ അറിയണമെന്ന് ആഗ്രഹിക്കാത്ത വ്യക്തിയാണ് താങ്കൾ.

ജീവിതത്തോടുള്ള താങ്കളുടെ അനുകമ്പയും അഭിനിവേശവും ശരിക്കും പ്രചോദനം നൽകുന്നതാണ്. ശരീരവും മനസ്സും ഒരുപോലെ കാത്തുസൂക്ഷിക്കുന്നതിൽ താങ്കൾ യുവജനങ്ങൾക്കൊരു മാതൃകയാണ്.

പ്രിയ സഹോദരാ, താങ്കൾക്ക് സന്തോഷം നിറഞ്ഞ ദീർഘായുസ്സും, എല്ലാവിധ അനുഗ്രഹങ്ങളും നേരുന്നു. ഇത് താങ്കളുടെ എൺപതാം ജന്മദിനമാണ്, ഈ പ്രത്യേക ദിനത്തിൽ ഒരായിരം ജന്മദിനാശംസകൾ! ദൈവം താങ്കളെ സമൃദ്ധമായി അനുഗ്രഹിക്കട്ടെ.

- ശ്രീ. ജയപ്രകാശ്.

ഞാൻ കൊയിലാണ്ടി ജി വി എച്ച് എസ് എസ് സ്കൂളിലെ അധ്യാപികയാണ്. എന്റെ സബ്ജറ്റ് സ്പോർട്സ് അല്ലെങ്കിലും കഴിഞ്ഞ കുറെ വർഷങ്ങളായി സ്പോർട്സുമായി ബന്ധപ്പെട്ട് പ്രവർത്തിച്ചുവരികയാണ്. അതിന് എനിക്ക് ഏറെ പ്രചോദനമായത് കണാരൻ സാറിന്റെ സ്പോർട്സിനോടുള്ള ഉത്സാഹവും മോട്ടിവേഷനുമാണ്. ഫുട്ബോൾ മത്സരങ്ങളും അതുപോലെ മറ്റ് സ്പോർട്സ് മത്സരങ്ങളും

എവിടെ നടത്തിയാലും ഞങ്ങളുടെ കൂടെ സാർ ഉണ്ടാകാറുണ്ട്. പല സ്ഥലങ്ങളിലും കുട്ടികളെ മത്സരത്തിനായി കൊണ്ടുപോകുമ്പോൾ മറ്റു തിരക്കുകളെല്ലാം മാറ്റിവെച്ച് അദ്ദേഹം ഞങ്ങളുടെ കൂടെ ഉണ്ടാകാറുണ്ട്. അദ്ദേഹത്തിന്റെ ഭാര്യയുടെ പേരിൽ നടത്തിവന്നിരുന്ന ഇന്ദിരാദേവി വനിതാ ഫുട്ബോൾ ടൂർണ്ണമെന്റ് കൊയിലാണ്ടിയിൽ വൻ വിജയമായിരുന്നു. ഞാനടക്കമുള്ള ഒരുപാട് സുഹൃത്തുക്കൾ ഇതിനുവേണ്ടി പ്രവർത്തിക്കുകയും അദ്ദേഹത്തിന്റെ ഈ സംരംഭം വിജയമാക്കിക്കൊടുക്കുകയും ചെയ്തിട്ടുണ്ട്. അതുപോലെത്തന്നെ കൊയിലാണ്ടിയിലെ ലയൺസ് ക്ലബ് പോലുള്ളവ നടത്തിവരുന്ന ഒരുപാട് പുരോഗമന പ്രവർത്തനങ്ങളിൽ അദ്ദേഹം നിറസാന്നിധ്യമാണ്.
ഞങ്ങളുടെ കുടുംബത്തിലെ ഒരു കാരണവർ എന്ന നിലയിലാണ് അദ്ദേഹം ഞങ്ങളോട് പെരുമാറുന്നത്.

- നവീന ടീച്ചർ.

സാറുമായി ദീർഘകാലത്തെ സൗഹൃദമാണ് എനിക്കുള്ളത്. സ്പോർട്സിനെ സ്നേഹിക്കുകയും അതിനുവേണ്ടി എന്ത് ത്യാഗവും സഹിക്കാൻ തയ്യാറുള്ള ഒരു നല്ല മനസ്സാണ് കണാരേട്ടൻ. അങ്ങനെ ഒരു സ്പോർട്സിന്റെ കണക്ഷൻ വെച്ചിട്ടാണ്

ഞങ്ങളുടെ സൗഹൃദം തുടങ്ങുന്നത്.
ഇന്ത്യയിലെ അറിയപ്പെടുന്ന ഒരു ഫുട്ബോളർ എച്ച് എ എൽ കോച്ച് ആയിട്ടും സർവീസസിൽ പ്ലെയർ ആയിട്ടും അതുപോലെതന്നെ സന്തോഷ് ട്രോഫിയിൽ സർവീസസിന് വേണ്ടി കളിച്ച അദ്ദേഹത്തിൻ്റെ എക്സ്പീരിയൻസും വെച്ചു കൊണ്ട് കൊയിലാണ്ടിയിൽ ഞങ്ങൾ ഒരു ഫുട്ബോൾ ക്യാമ്പ് ആരംഭിച്ചു.
ആൺകുട്ടികളും പെൺകുട്ടികളുമടക്കം നിരവധി പേരെ നല്ല കളിക്കാരായി ഉയർത്തിക്കൊണ്ടുവരാൻ സാധിച്ചു.
പെൺകുട്ടികളിൽ ഇപ്പോൾ കേരള ടീമിന് കളിച്ചുകൊണ്ടിരിക്കുന്ന കൃഷ്ണപ്രിയ സാറിന്റെ സംഭാവനയാണ്. അതുപോലെതന്നെ നിരവധി കുട്ടികൾ സ്പോർട്സിലൂടെ പല സർവീസുകളിലും കയറിയത് കണാരേട്ടൻ മുഖാന്തരമാണ്. കൊയിലാണ്ടി ജി വി എച്ച് എസ് എസ് സ്പോർട്സിന് വേണ്ടി നിരന്തരം പ്രവർത്തിക്കുകയും സ്കൂളിന്റെ പേര് ജില്ലാതലത്തിൽ സ്പോർട്സിന്റെ പേരിൽ ഉയർത്തിക്കാട്ടുകയും ചെയ്യാൻ സാധിച്ചു.

- ശ്രീ. ശ്രീലാൽ.

എന്റെ പേര് ജ്യോതികുമാർ എം. 2013ൽ ആണ് ഞാൻ കൊയിലാണ്ടി ഗേൾസ് ഹയർസെക്കൻഡറി സ്കൂളിൽ കായികാധ്യാപകനായി ചാർജ് എടുക്കുന്നത്.

അത്‌ലറ്റിക്സിൽ സ്പെഷ്യലൈസ് ചെയ്ത ഞാൻ സ്കൂളിൽ മികവുറ്റ ഫുട്ബോൾ ടീം രൂപം കൊടുക്കുന്നതിന് വേണ്ടി മുൻ സർവീസസ് ഫുട്ബോളർ ശ്രീ കുഞ്ഞികണാരൻ സാറിന്റെ സേവനം തേടിയിരുന്നു. ദിവസേന വൈകുന്നേരം നാലുമണി മുതൽ ആറുമണിവരെയാണ് പരിശീലന സെഷൻ. ഇതിന്റെ ഭാഗമായി 2017 കേരളത്തിലെ ഏറ്റവും മികച്ച ജൂനിയർ ഫുട്ബോളറായി നമ്മുടെ വിദ്യാലയത്തിലെ കൃഷ്ണപ്രിയ തിരഞ്ഞെടുക്കപ്പെട്ടു. സബ്ജൂനിയർ ഗേൾസ് വിഭാഗത്തിൽ അമയാ ഗിരീഷ്, ശിവന്യാ നബി നായർ എന്നിവർ രണ്ടുതവണ കേരളത്തിനുവേണ്ടി ദേശീയ ഫുട്ബോളിൽ പങ്കെടുത്തു.

ജൂനിയർ വിഭാഗത്തിൽ ദേശീയ സ്കൂൾ ഫുട്ബോൾ മത്സരത്തിൽ കേരളത്തെ പ്രതിനിധീകരിച്ച് കൃഷ്ണപ്രിയ, അർച്ചന എന്നിവർ പങ്കെടുത്തു.

കേരള ജൂനിയർ നാഷണൽ ഫുട്ബോളിൽ കൃഷ്ണപ്രിയയും അർച്ചനയും കേരളത്തെ പ്രതിനിധീകരിച്ചു.

കൃഷ്ണപ്രിയ രണ്ടുതവണ സീനിയർ കേരള ടീമിന് വേണ്ടി നാഷണൽ കളിച്ചു.

- ജ്യോതികുമാർ സർ.

Trichur - 1970.
Services- Best Forward.
STUDIO

6. കളമൊഴിഞ്ഞിട്ടും കളിയൊഴിയാത്ത വീര്യം.

അച്ഛനേറ്റ പരിക്കുകളെക്കുറിച്ചും അവ കളിയിലും പിന്നീടങ്ങോട്ടുള്ള ജീവിതത്തിലും വരുത്തിയ മാറ്റങ്ങളെക്കുറിച്ചും പരാമർശിച്ചിരുന്നുവല്ലോ. അതുമായി ഏറ്റവും ചേർന്നു കിടക്കുന്ന ഒരു സംഭവം ഒരിക്കലൊരു കളിയരങ്ങിലുണ്ടായി. അച്ഛൻറെ മനസ്സും ശരീരവും കാൽപന്തുകളിയോട് എത്രത്തോളം ചേർന്ന് നിൽക്കുന്നുണ്ടെന്ന് അച്ഛനീ സംഭവത്തെക്കുറിച്ച് വിവരിക്കുമ്പോൾ ബോധ്യപ്പെടുകയും ഉണ്ടായിട്ടുണ്ട്. കാൽപന്തുകളിയെ എന്നല്ല, കായിക രംഗത്തുള്ള, അതിനോട് ആത്മസമർപ്പണം നടത്തിയിട്ടുള്ള ഏതൊരു കളിക്കാരനും തൻറെ ശരീരത്തിലുണ്ടായ പ്രയാസങ്ങളെ സ്വന്തം മനസ്സിൻറെ കരുത്തുകൊണ്ട് നേരിട്ട അനുഭവങ്ങൾ ഉണ്ടായിട്ടുണ്ടാകുമല്ലോ. കളിയരങ്ങിൽ നിൽക്കുമ്പോൾ മനസ്സിനെ പൂർണമായും കയ്യിലൊതുക്കിവയ്ക്കുന്നത് ആ കളി തന്നെയായിരിക്കും. മറ്റേത് ചിന്തകൾക്കും സ്ഥാനമില്ലാത്തവണ്ണം അത് ഹൃദയത്തിൻറെ ഓരോ കോശങ്ങളിലും നിറഞ്ഞു നിൽക്കുകയും ആ ഹൃദയത്തെ തൊട്ടുകൊണ്ടൊഴുകുന്ന ചോര പകരുന്ന

ഊർജ്ജത്തിൽ ശരീരം ഒരൊറ്റ ലക്ഷ്യത്തിലേക്കായി പ്രയാസങ്ങളെ വകവയ്ക്കാതെ ചലിച്ചുകൊണ്ടിരിക്കുകയും ചെയ്യും.

അച്ഛൻ കളിച്ച ഓരോ കാൽപന്തുകളിയേയും അദ്ദേഹം വിശേഷിപ്പിച്ചത് ഓരോ പോരാട്ടങ്ങളായിട്ടായിരുന്നു. കളിയരങ്ങിലിറങ്ങി പോരാടുക എന്നുള്ളതാണ് അവിടെ സംഭവിക്കുന്നത്. മനസ്സും ശരീരവും രണ്ടു തുല്യശക്തികളായി നിലകൊണ്ട്, പേശികൾ എടുത്തു വച്ചിരിക്കുന്ന സകല ഊർജ്ജവുമുപയോഗിച്ച് പോരാടുന്നു എന്നതായിരുന്നു ധർമ്മം. എങ്ങനെയെങ്കിലും തനിക്ക് തന്നെക്കൊണ്ടാവുംവിധം പ്രകടനം കാഴ്ചവയ്ക്കാൻ സാധിച്ചിരുന്നെങ്കിൽ, ടീമിനെ വിജയത്തിലേക്ക് നയിക്കാൻ അത് സഹായകമായിരുന്നെങ്കിൽ, അതായിരിക്കും ഗ്രൗണ്ടിൽ തനിക്ക് ചെയ്യാൻ സാധിക്കുന്ന ഏറ്റവും ഉചിതമായ കാര്യം എന്നുതന്നെയായിരിക്കും ഏതു കളിക്കാരനും ചിന്തിക്കുന്നുണ്ടാവുക. ജയിക്കണം എന്നുള്ള വാശിയായിരിക്കും കളിക്കാരനെ മൊത്തമായി പിടികൂടിയിരിക്കുന്നത്. അത് ചെറുതോ വലുതോ ആയിട്ടുള്ള ഏതൊരു കളിയിലും അങ്ങനെതന്നെയായിരിക്കും.

അത് എച്ച് എ എൽ ടീമിനുവേണ്ടി അച്ഛൻ കളിക്കുന്ന കാലഘട്ടമായിരുന്നു. പോരാട്ടവീര്യം ഒട്ടുംതന്നെ കെടുത്തിക്കളയാതെ അച്ഛൻ മുന്നേറിയിരുന്ന കാലമായിരുന്നു എന്നു പറയാം. അന്ന് എച്ച് എ എൽ ടീം എതിരാളികളെ നേരിടുന്നതിനായി മധുരയിൽവച്ചു സംഘടിപ്പിക്കപ്പെട്ടിരുന്ന ആ മത്സരത്തിനു സജ്ജരായി ഗ്രൗണ്ടിലേക്കിറങ്ങുകയും ചെയ്തു. അന്നൊക്കെ കളി കാണുന്നതിനായി മത്സരത്തിനു വേദിയായിട്ടുള്ള ഏതൊരു സ്ഥലത്തേക്കും എത്തിച്ചേർന്നിരുന്നത് ആയിരക്കണക്കിന് ജനങ്ങളായിരുന്നല്ലോ. അന്ന് ആ മത്സരം നടക്കുമ്പോഴും ഗാലറി നിറഞ്ഞുതന്നെയാണ് കാണപ്പെട്ടത്. ഗ്യാലറിയിൽ ഉണ്ടായിരുന്ന ആളുകളത്രയും ആവേശഭരിതരുമായിരുന്നു. തങ്ങൾക്കിഷ്ടപ്പെട്ട ടീമുകൾക്കായി ധൈര്യം പകർന്നുകൊണ്ട് ഇഷ്ടപ്പെട്ട കളിക്കാരുടെ പ്രകടനങ്ങൾ കാണുന്നതിനായി അവിടേക്കൊഴുകിയെത്തിയിരുന്നത് മറ്റു പല സ്ഥലങ്ങളിൽ നിന്നുമുള്ളവർകൂടിയായിരുന്നു. കളിക്കാരുടെ ഓരോ ചലനങ്ങളെയും വീക്ഷിച്ചുകൊണ്ട്, പ്രോത്സാഹനം നൽകി, അവരെ വിജയത്തോടടുപ്പിക്കുക എന്ന കർത്തവ്യം അവർ ഒട്ടും വീഴ്ചയില്ലാതെത്തന്നെ നിർവഹിച്ചുകൊണ്ടിരുന്നു.

ഏതൊരു കാൽപന്തുകളിയിലേയുംപോലെ എതിരാളികൾക്ക് ഒരു ഗോൾ പോലും വിട്ടുകൊടുക്കാതെ പന്തുമായി മുന്നേറിയിരുന്ന അച്ഛൻ്റെ ടീം മികച്ച പ്രകടനംതന്നെയായിരുന്നു അന്നും കാഴ്ചവച്ചത്. അച്ഛനും അന്ന് എന്നത്തേയുംപോലെ അത്യധികം ആത്മവിശ്വാസത്തോടെയാണ് ഗ്രൗണ്ടിലേക്കിറങ്ങിയത്. തൻ്റെ സർവ്വശക്തിയുമുപയോഗിച്ച് തൻ്റെ കഴിവുകളുടെ പരമാവധി ആ കളിക്കുവേണ്ടി വിനിയോഗിച്ച് എങ്ങനെയെങ്കിലും കളി ജയിക്കണം എന്നുള്ള വിചാരം അച്ഛൻ്റെ മനസ്സിൽ നിറഞ്ഞുനിന്നിരുന്നു. കളിച്ചു തുടങ്ങിയപ്പോഴാണ് അച്ഛൻ്റെ മുട്ടിന് പരിക്കേൽക്കുന്നത്. അത് നിസ്സാരമായ ഒന്നായിരുന്നില്ലെങ്കിൽപോലും അതുകാരണം കളിയിൽനിന്നും പിന്മാറുക എന്നതിനെക്കുറിച്ച് അച്ഛൻ ചിന്തിച്ചതേയില്ല. തനിക്കേറ്റ മുറിവിനെ തള്ളിക്കളയാൻതക്ക ആത്മവിശ്വാസം അച്ഛൻ ആർജിച്ചിരുന്നു എന്നുവേണം പറയാൻ.

അച്ഛന് തന്റെ കാൽമുട്ടിൽ കാര്യമായിത്തന്നെ വേദന അനുഭവപ്പെട്ടെങ്കിലും അദ്ദേഹം അതിനെ ഗൗനിക്കാതെ കളി തുടരാനുള്ള തീരുമാനമാണ് അന്നെടുത്തത്. ശാരീരികമായ പ്രശ്നങ്ങളെ മനസ്സുകൊണ്ട് നേരിടുന്ന ഒരുതരം

അനുഭൂതിയായിരുന്നു അച്ഛനന്ന് അനുഭവിച്ചറിഞ്ഞത്. തന്റെ പ്രശ്നങ്ങളെ ഒട്ടുംതന്നെ വകവയ്ക്കാതെ ആ വേദന വഹിച്ചുകൊണ്ടിരുന്ന, വലിയ പ്രശ്നത്തിലേക്ക് നീങ്ങിക്കൊണ്ടിരുന്ന കാൽമുട്ട് നൽകിയിരുന്ന താങ്ങുകൊണ്ടു കളിച്ച് അന്നച്ചൻ മുന്നേറിക്കൊണ്ടിരുന്നു. കളിയിലുടനീളം ശരീരത്തിനോടുള്ള മത്സരത്തിൽ അദ്ദേഹത്തിൻറെ മനസ്സിനുതന്നെയാണ് വിജയം നുണയാൻ സാധിച്ചതും. കളിക്കിടയിൽ എപ്പോഴെങ്കിലും കളി നിർത്താം എന്നുള്ള തോന്നൽപോലുമില്ലാതെ വിജയത്തിലേക്കടുപ്പിക്കുന്ന പ്രകടനം അച്ഛൻ കാഴ്ചവച്ചുകൊണ്ടുതന്നെയിരുന്നു. അഞ്ചോ പത്തോ പതിനഞ്ചോ മിനിറ്റുകൾ കടന്നുപോയിട്ടും അച്ഛൻ ഗ്രൗണ്ടിൽത്തന്നെ തുടർന്നു. ആ സമയമത്രയും വിജയചിന്ത മാത്രമാണ് അച്ഛന് കരുത്തേകിയിരുന്നത്. ആ കളി ജയിച്ച് അന്ന് താനും തൻറെ ടീമും ചേർന്ന് ഏറ്റുവാങ്ങാനിരിക്കുന്ന വിജയ കിരീടത്തിലേക്കുതന്നെയാണ് അച്ഛൻ ലക്ഷ്യം വെച്ചത്.

സമയമങ്ങനെ കടന്നുപോകുകയായിരുന്നു. എച്ച് എ എൽ ടീം വിജയത്തോടടുത്തുതന്നെ നിലകൊണ്ടു. എതിരാളികൾക്ക് തങ്ങൾ പരാജയത്തോടടുത്തുകൊണ്ടിരിക്കുകയാണെന്ന തിരിച്ചറിവ് പിടിപെടുകയും ചെയ്തിരുന്നു.

അന്ന് സാരമായ പരിക്കുകളും വഹിച്ചുകൊണ്ട് ഗ്രൗണ്ടിൽ അങ്ങോട്ടുമിങ്ങോട്ടും അതിവേഗത്തിൽ ചലിച്ചുകൊണ്ടിരുന്ന അച്ഛൻറെ കാലുകൾ ഒട്ടും ക്ഷീണിച്ചവയായി കാണപ്പെട്ടില്ല. മാന്ത്രികശേഷി കൈവരിച്ചതുപോലെ പ്രതിസന്ധികളെയെല്ലാംതന്നെ മാറ്റിനിർത്തിക്കൊണ്ട് അദ്ദേഹം കുതിച്ചുകൊണ്ടിരുന്നു. അന്ന് തൻറെ കാൽമുട്ടനുഭവിച്ച പ്രശ്നങ്ങളെയും കൂടെക്കൂട്ടിക്കൊണ്ട് ബുദ്ധിമുട്ടിക്കൊണ്ടുതന്നെ അച്ഛൻ കളിച്ചത് ഏകദേശം 30 മീറ്റുകളിലേറെ വരുന്ന സമയമാണ്. തങ്ങളുടെ ടീമിൻറെ കളി ആസ്വദിച്ചുകൊണ്ട് തങ്ങൾക്ക് പിന്തുണ നൽകിയ ജനങ്ങളെയെല്ലാം ആവേശത്തിലാഴ്ത്തി അവരെയെല്ലാവരെയും സാക്ഷിയാക്കി അന്നാ ഗ്രൗണ്ടിൽവച്ച് വിജയകിരീടം ചൂടിയത് അച്ഛനുൾപ്പടെയുള്ള മികച്ച താരങ്ങൾ അണിനിരന്ന എച്ച് എ എൽ ടീം തന്നെയായിരുന്നു.

കളിക്കുശേഷമായിരുന്നു തന്നെ ബാധിച്ച പരിക്കിന്റെ ഗൗരവത്തെക്കുറിച്ച് അച്ഛൻ തിരിച്ചറിയുന്നത്. കളിക്കിടയിൽ ശ്രദ്ധിച്ചിരുന്നില്ലെങ്കിലും ആ മത്സരം കഴിഞ്ഞതിനു ശേഷം പരിക്കേറ്റ ഭാഗത്തുണ്ടായ മാറ്റങ്ങൾ അതൊരു നിസ്സാര പരിക്കല്ല എന്നതിനെ സൂചിപ്പിക്കുന്നതായിരുന്നു. വലിയ രീതിയിൽ ആ ഭാഗം വീങ്ങി വരികയും

തീവ്രമായതും അസ്സഹനീയമായതുമായ വേദന അനുഭവപ്പെടുകയും ചെയ്തു. പിന്നീടങ്ങോട്ട് ജീവിതത്തിലുടനീളം പ്രശ്നങ്ങൾ സമ്മാനിക്കാൻ പോകുന്ന ഒരു പരിക്കായിരിക്കുമതെന്ന് അന്നച്ഛൻ തിരിച്ചറിഞ്ഞിരുന്നില്ല. ആ മുട്ടിലുണ്ടായ പൊട്ടൽ വകവയ്ക്കാതെയായിരുന്നു അച്ഛൻ മത്സരത്തിൽ അവസാനംവരെ പോരാടിയതും. പിന്നീട് മറ്റു പരിശോധനകൾക്ക് വിധേയമായപ്പോഴാണ് അന്നുണ്ടായ മുറിവിന്റെ ആഴം എത്രത്തോളമുണ്ടെന്ന് തിരിച്ചറിയപ്പെടുന്നതും.

അതുകഴിഞ്ഞ് പരിക്ക് ഭേദമാകാനായി പലതരം ചികിത്സകളും നൽകേണ്ടിവന്നിരുന്നു. ചികിത്സകൾ കൊണ്ടുമാത്രം പൂർണമായും പഴയ സ്ഥിതിയിലേക്ക് അതിനെ കൊണ്ടുവരാൻ സാധിച്ചതുമില്ല. പിന്നീടങ്ങോട്ടും ആ പ്രശ്നപരിഹാരത്തിനായി ശസ്ത്രക്രിയയും മറ്റും നിർവഹിക്കേണ്ട സാഹചര്യം ഉണ്ടാവുകയും ചെയ്തു. ഫുട്ബോൾ കളിക്കുന്നതിനായും പിന്നീട് പരിശീലനം നൽകുന്നതിനുമായൊക്കെ വെല്ലുവിളികളായിമാറിയത് അച്ഛൻറെ ഇത്തരം ശാരീരികമായ പ്രശ്നങ്ങളായിരുന്നു. ഏതൊരു കളിക്കാരനെയുംപോലെ കളിയിലുണ്ടായ ഇത്തരം ബുദ്ധിമുട്ടുകൾ അദ്ദേഹത്തിൻറെ മനസ്സിനെയും കാര്യമായിത്തന്നെ ബാധിച്ചിരുന്നിരിക്കണം.

ജീവിതത്തിലുടനീളം അച്ഛന് ഫുട്ബോളുമായുള്ള അടുപ്പത്തെക്കുറിച്ച് പറയുകയാണെങ്കിൽ അതിൻറെ സുവർണ്ണകാലം എന്നുതന്നെ വിശേഷിപ്പിക്കാൻ കഴിയുന്നത് അദ്ദേഹം എയർഫോഴ്സിൽ ജോലി ചെയ്തിരുന്ന കാലമായിരിക്കും. അന്ന് കളിച്ചുതീർത്ത കാൽപന്തുകളികളും പൊരുതിക്കയറിയ കളിയരങ്ങുകളും അനേകമാണ്. ഒരു കായികതാരത്തിനുണ്ടാവുക കളിക്കളത്തിലെ ജീവിതം മാത്രമായിരിക്കില്ലല്ലോ. അതിനുമപ്പുറത്ത് ഒരുപാട് കഥകൾ ഏതൊരാൾക്കും പറയാനുണ്ടായിരിക്കും. അത് പരിശീലനകാലത്തേയോ വ്യക്തിജീവിതത്തേയോ സൂചിപ്പിക്കുന്നവയായിരിക്കും. അച്ഛന് എയർഫോഴ്സിലെ തൻറെ സർവീസ് കാലത്തെക്കുറിച്ച് പറയുവാനും ഒട്ടനവധി കാര്യങ്ങളുണ്ടായിരുന്നു.

ആർമി, എയർഫോഴ്സ്, തുടങ്ങിയ സർവീസുകളിൽ പ്രവേശിച്ചവരുടെ ജീവിതം വളരെയധികം വെല്ലുവിളികളും പ്രതിസന്ധികളും നിറഞ്ഞതായിരിക്കുമെന്നത് സംശയമില്ലാതെത്തന്നെ പറയുവാൻ സാധിക്കുന്നതാണല്ലോ. അവരുടെ ജോലി സാഹചര്യങ്ങൾ വ്യത്യാസപ്പെട്ടിരിക്കും. അഭിമുഖീകരിക്കേണ്ടിവരുന്ന കാര്യങ്ങളും

വളരെ വ്യത്യസ്തമായവയായിരിക്കും. മറ്റുപല സ്ഥലങ്ങളിലും ജോലി ചെയ്യുന്നവർക്ക് കിട്ടുന്ന സൗകര്യങ്ങളോ സുഖമോ ഒന്നുംതന്നെ ഇത്തരം സർവീസിൽ ഉള്ളവർക്ക് ജോലി സ്ഥലങ്ങളിൽ ലഭിക്കണമെന്നില്ല. പക്ഷെ വളരെയധികം ബഹുമാനത്തോടെയായിരിക്കും ഏതൊരു രാജ്യസ്നേഹിയും ഇത്തരം സർവീസുകളിലുള്ളവരെ നോക്കിക്കാണുന്നത്. ദുസ്സഹമായ ജോലി സാഹചര്യങ്ങളുണ്ടാകുമെന്ന് ഉറപ്പുണ്ടായിട്ടും ഇത്തരം ജോലിയിലേക്ക് പ്രവേശിക്കാൻ ആഗ്രഹിക്കുന്നവരും അതിലേക്കായി ശ്രമിക്കുന്നവരും ധാരാളമാണ്. പലപ്പോഴും ദുഷ്കരമായ സാഹചര്യങ്ങളെയും വഴികളെയുമെല്ലാം കടന്നുവരികയും ബുദ്ധിമുട്ടുകളെ തരണംചെയ്യുകയുമൊക്കെ ചെയ്യുന്നവരാണ് ഈ സർവീസിലേക്കു കടക്കുന്നവർ.

അച്ഛന് ഫുട്ബോൾ പരിശീലനം എന്നുള്ളത് സർവീസിനോട് ചേർന്ന് നിൽക്കുന്ന, അക്കാലയളവിൽ എന്നും ചെയ്തുപോന്നിരുന്ന കാര്യമായിരുന്നു. അച്ഛനും അച്ഛൻറെ സഹ കളിക്കാരും തങ്ങളുടെ ഭൂരിഭാഗം സമയവും മാറ്റിവച്ചിരുന്നതും കാൽപന്തുകളിക്കായിട്ടായിരുന്നു. തങ്ങൾക്ക് ലഭിച്ച പരിശീലകനെക്കുറിച്ച് പറയുമ്പോൾ അച്ഛൻ എന്നും അഭിമാനിച്ചാണ് കണ്ടിട്ടുള്ളത്.

അച്ഛനും അദ്ദേഹത്തിൻറെ ടീമിനും ലഭിക്കാവുന്ന ഏറ്റവും മികച്ച പരിശീലകനായിട്ടാണ് ഇന്നും അച്ഛൻ ആ വ്യക്തിയെക്കുറിച്ച് ഓർത്തെടുക്കാറുള്ളത്. തങ്ങളെ പല വിജയങ്ങളിലേക്കും കൈപിടിച്ച് കൊണ്ടുപോയ ഒരു മഹത് വ്യക്തി എന്ന സ്ഥാനം അദ്ദേഹത്തിന് അച്ഛൻ എന്നും നൽകിപ്പോരുന്നു.

താൻ പരിശീലിപ്പിക്കുന്ന ടീമിനെ നേർവഴിയിലൂടെത്തന്നെ വിജയത്തിലേക്കെത്തിക്കണമെന്ന ആഗ്രഹം അന്ന് പരിശീലകനായിരുന്ന ഹക്കീം സർക്കുണ്ടായിരുന്നു. നല്ല രീതിയിലുള്ള പരിശീലനം ടീമംഗങ്ങൾക്കു നൽകുക എന്നതിൽ അദ്ദേഹം ഒരിക്കൽപോലും വീഴ്ച വരുത്തിയിട്ടുമില്ല. മികവുറ്റ ധാരാളം കളിക്കാരുണ്ടായിരുന്ന ആ ടീമിനെ പരിശീലിപ്പിക്കാൻ അത്രയും മികച്ച ഒരു പരിശീലകനെയാണ് അന്നവർക്ക് ലഭിച്ചത്. കളിക്കാരൻ എന്ന രീതിയിലും പരിശീലകൻ എന്ന രീതിയിലും അത്രയധികം കഴിവുകൾ ഉണ്ടായിരുന്നു ആ പരിശീലകന് എന്ന് അച്ഛൻ പറയാറുണ്ടായിരുന്നു. തങ്ങളുടെ ടീമിനെ പല വിജയങ്ങളിലേക്കെത്തിച്ചതും ടീം അംഗങ്ങളുടെ കഴിവിനൊപ്പം നിൽക്കുന്ന അദ്ദേഹത്തിൻറെ പരിശ്രമങ്ങൾ കൂടിയായിരുന്നു എന്നത് അച്ഛൻ ഒരിക്കലും മറന്നു കളയാറുമില്ല. ഹക്കിം സാറിനെക്കുറിച്ച്

ഓർത്തെടുക്കുമ്പോളെല്ലാംതന്നെ അദ്ദേഹത്തോടുണ്ടായിരുന്ന ബഹുമാനവും അച്ഛൻറെ വാക്കുകളിൽ പ്രകടമായിത്തന്നെ കാണപ്പെട്ടു. വളരെയധികം പ്രത്യേകതകളുള്ള ഒരു പരിശീലകനും കൂടിയായിരുന്നു അദ്ദേഹം.

വളരെയധികം ചിട്ടയായ പരിശീലനമായിരുന്നു സർ അന്ന് നൽകിപ്പോന്നിരുന്നതത്രേ. അദ്ദേഹം എന്നും പാലിച്ചു പോന്നിരുന്നതും കർശനമായ പരിശീലനമുറകളായിരുന്നു. അച്ചടക്കം എന്നത് ആർമി പോലുള്ള മറ്റു സർവീസുകളിൽ ഉള്ളതുപോലെത്തന്നെ എയർഫോഴ്സിലും വളരെയധികം പ്രാധാന്യം നൽകിപോന്നിരുന്നതായിരുന്നു. അത് പാലിക്കാനായി ഓരോരുത്തരും ബാധ്യസ്ഥരാണ് എന്ന ബോധം സർവീസിലേക്ക് കടക്കുമ്പോൾതന്നെ ഓരോരുത്തരും തിരിച്ചറിഞ്ഞിട്ടുമുണ്ടാകും. അതുപോലെത്തന്നെ ഹക്കിം സർ അന്ന് വളരെയധികം പ്രാധാന്യം നൽകിയിരുന്നത് സമയം കൃത്യമായി പാലിക്കുക എന്നതിനായിരുന്നു. താൻ പരിശീലനം നൽകുന്ന ഓരോരുത്തരും അത് കൃത്യമായിത്തന്നെ പാലിക്കുന്നുവെന്ന് അദ്ദേഹം ഉറപ്പുവരുത്തിയിരുന്നു. മാത്രമല്ലാതെ, അദ്ദേഹം സ്വയം അത് പാലിക്കുകയും ചെയ്തിരുന്നു. പറഞ്ഞ സമയത്തിന് അരമണിക്കൂർ മുൻപുതന്നെ ഹക്കിം സർ ഗ്രൗണ്ടിൽ എത്തിയിരുന്നതായി

അച്ഛൻ പറയുകയുണ്ടായി. പരിശീലനത്തിനായി ടീം അംഗങ്ങൾ എത്തുന്നതിനു മുൻപു തന്നെ മറ്റുകാര്യങ്ങളെല്ലാം ചെയ്തുതീർത്ത്, പരിശീലനത്തിനായി ഉള്ളവയെല്ലാം കൃത്യമായി ചെയ്തുവെച്ച്,അതിനായി സ്വയം ഒരുങ്ങുകയും ചെയ്യുന്നത് ഹക്കിംസർ എന്നും പാലിച്ചു പോന്നിരുന്ന, ദിനചര്യയായിത്തന്നെ മാറിക്കഴിഞ്ഞിരുന്ന കാര്യങ്ങളായിരുന്നു. മറ്റുള്ളവരും അത് പാലിക്കണമെന്ന് അദ്ദേഹത്തിന് നിർബന്ധമുണ്ടായിരുന്നു.

എയർഫോഴ്സിലുള്ള കാലത്തെ ഫുട്ബോൾ പരിശീലനം എന്നു പറയുന്നത് കഠിനംതന്നെയായിരുന്നുവെന്ന് അച്ഛൻ ഓർത്തെടുക്കുന്നു. വളരെയധികം അച്ചടക്കവും സമയക്രമവും പാലിക്കുന്നവരായിരുന്നു അന്ന് അദ്ദേഹത്തിൻറെ കൂട്ടത്തിലുള്ള എല്ലാവരുംതന്നെ. രാവിലെയും വൈകുന്നേരങ്ങളിലും എന്നും പരിശീലനത്തിൽ ഏർപ്പെട്ടിരുന്ന കാലത്തെക്കുറിച്ചുള്ള ചിന്തകൾപോലും അച്ഛന് ഇന്ന് ഉന്മേഷം നൽകുന്നു. അന്ന് എന്നും രാവിലെ രണ്ടുമണിക്കൂറുകൾ പരിശീലനത്തിനായുള്ളവയായിരുന്നു. പ്രഭാതവേളകളിൽ മിക്കവാറും ചെയ്തുപോന്നിരുന്നത് സ്കിൽ വർക്കൗട്ട്സ് ആയിരുന്നു. വൈകുന്നേരങ്ങളിലും രണ്ടു മണിക്കൂർ പ്രാക്ടീസ് ഉണ്ടായിരുന്നു.

മത്സരങ്ങളോടടുക്കുമ്പോൾ കൃത്യമായ രീതിയിലുമുള്ള പരിശീലനങ്ങൾ അന്ന് അച്ഛന് ലഭിച്ചിരുന്നു. മാച്ചുകൾക്കായി ട്രാൻസ്പോർട്ടേഷൻ ഒരുക്കിത്തരുന്നതിനനുസരിച്ചും മറ്റും പല സ്ഥലങ്ങളിലേക്കും യാത്രചെയ്ത് അച്ഛൻ്റെ ടീം മത്സരങ്ങളിൽ പങ്കെടുത്തു. മത്സരങ്ങൾക്കായി അനേകം സ്ഥലങ്ങളിലേക്കാണ് അച്ഛൻ ആ കാലയളവിൽ യാത്ര ചെയ്തിരുന്നത്. അങ്ങനെ ഒട്ടേറെ സ്ഥലങ്ങളിൽ, ഒട്ടേറെ കളിയരങ്ങുകളിൽ, വരകൾക്കുള്ളിൽ അച്ഛൻ കളിക്കുകയും വിജയങ്ങൾ കൊയ്തുകൊണ്ടുവരികയും ചെയ്തു.

എയർ ഫോഴ്സ്

ജീവിതത്തെക്കുറിച്ചോർക്കുമ്പോൾ മറ്റു പല അനുഭവങ്ങളുടെ പടിവാതിൽക്കലേക്ക് അച്ഛൻ തിരിഞ്ഞു നോക്കാറുമുണ്ട്. തങ്ങൾക്കായി അനുവദിച്ചിട്ടുള്ള സ്ഥലങ്ങളിൽ കഴിയുമ്പോൾ അവിടെ വലിയ ആഘോഷങ്ങൾക്കോ ഉല്ലാസങ്ങൾക്കോ പരിമിതികൾ ഉണ്ടായിരുന്നു. എയർഫോഴ്സിൽ അനുവദിച്ചു കിട്ടിയ സൗകര്യങ്ങളിൽ തങ്ങളുടെ കുഞ്ഞ് സന്തോഷങ്ങൾ കണ്ടെത്തുന്നതിനായി എല്ലാവരുംതന്നെ ശ്രമിച്ചിരുന്നു. അതിൽത്തന്നെ സ്പോർട്സിലുള്ള അച്ഛനുൾപ്പടെയുള്ള ടീം അംഗങ്ങൾ കഴിഞ്ഞിരുന്നത് ഒരുമിച്ചാണ്. അന്ന് ക്യാമ്പിൽവച്ച് ഇടയ്ക്കു വീണുകിട്ടുന്ന സമയങ്ങളിൽ കാർഡുകളിക്കുക എന്നത് അന്ന്

എല്ലാവരുംതന്നെ ആസ്വദിച്ചിരുന്ന ഒരു കാര്യമായിരുന്നു. പക്ഷെ അത്തരം കാര്യങ്ങളെ ഹക്കിം സർ പ്രോത്സാഹിപ്പിച്ചിരുന്നില്ല. ഇടയ്ക്ക് ക്യാമ്പിലേക്ക് മിന്നൽ പരിശോധനയുമായി എത്താറുള്ള അദ്ദേഹത്തെ എല്ലാവരും ആദരപൂർവ്വം ഭയപ്പെട്ടിരുന്നു. അദ്ദേഹത്തെ അത്രയധികം ബഹുമാനിച്ചിരുന്ന ഇവർ പരിശോധനകൾ പ്രതീക്ഷിക്കുന്നതിനാൽ അതിനു തയ്യാറായിത്തന്നെ എപ്പോഴുമിരുന്നിരുന്നത്രേ. അങ്ങനെ അച്ഛന് ക്യാമ്പിലുംമറ്റും ഇന്നും ഓർക്കാനിഷ്ടമുള്ള പലതരം രസകരമായ അനുഭവങ്ങളും ഉണ്ടായിട്ടുണ്ട്.

എയർഫോഴ്സിൽ അച്ഛൻ സർവീസിലുണ്ടായിരുന്ന കാലയളവിൽ മറ്റുചില സുപ്രധാനമായ സംഭവങ്ങളും ഉണ്ടായിട്ടുണ്ട്. രണ്ടു യുദ്ധങ്ങളെ അതിജീവിച്ചാണ് ആ പതിറ്റാണ്ടുകൾ കടന്നുപോയത്. കാർഗിലിനു മുൻപ് ഇന്ത്യയും പാകിസ്ഥാനും തമ്മിലുണ്ടായ രണ്ടു യുദ്ധങ്ങൾ നടക്കുന്ന വർഷങ്ങളിൽ അച്ഛൻ എയർഫോഴ്സിൽ സേവനമനുഷ്ഠിച്ചിരുന്നു. അന്ന് ആ യുദ്ധകാലയളവിൽ ഇന്ത്യയ്ക്ക് നഷ്ടമായത് ഒരുപാടു സൈനികരെയായിരുന്നു. അന്ന് വീരമൃത്യു വരിച്ച ഒരുപാടുപേരെ ഇന്നും രാജ്യം ആദരവോടെ ഓർക്കുകയും ചെയ്യുന്നു. ആ രണ്ട് യുദ്ധങ്ങൾക്കൊടുവിൽ ഇന്ത്യയുടെ സേനാംഗങ്ങൾക്കു മുന്നിൽ

പരാജിതരായത് പാക്കിസ്ഥാൻ സേനയായിരുന്നു. അത്രയധികം ധീരരായ ഒരുപറ്റം ആളുകൾ ഇന്ത്യയിൽ ജീവിച്ചിരുന്നതിനെക്കുറിച്ചോർത്ത് ഇന്നും ഈ രാജ്യത്തിൻറെ ജനത അഭിമാനം കൊള്ളുന്നുണ്ടല്ലോ.

യുദ്ധകാലയളവിൽ സ്ഥിതിഗതികൾ എല്ലാംതന്നെ വ്യത്യസ്തമായിരുന്നു എന്നാണ് അച്ഛൻറെ വാക്കുകളിൽനിന്ന് മനസ്സിലാക്കാൻ സാധിച്ചത്. കാൽപ്പന്തുകളികളോ മറ്റു പ്രവർത്തികളോ എല്ലാംതന്നെ ആ കാലയളവിൽ നിർത്തിവയ്ക്കുകയാണുണ്ടായത്. ആയുധങ്ങൾ കൈകളിൽ ഏൽപ്പിക്കപ്പെട്ട, അന്ന് അച്ഛനുൾപ്പെടെയുള്ള ഫയർഫോഴ്സുകാർ എല്ലാവരുംതന്നെ വ്യത്യസ്ത സ്ഥലങ്ങളിലേക്ക് തങ്ങളിൽ അർപ്പിതമായ ഉത്തരവാദിത്വങ്ങൾ നിറവേറ്റുന്നതിനായും ഈ രാജ്യത്തിൻറെ സുരക്ഷ ഉറപ്പുവരുത്തുന്നതിനായും പറഞ്ഞുവിടപ്പെട്ടിരുന്നു. പല സ്ഥലങ്ങളിൽ തങ്ങളുടെ ജീവൻ പോലും ആപത്തിലായേക്കാവുന്ന സാഹചര്യങ്ങളിൽ അന്ന് വ്യത്യസ്ത സേനാംഗങ്ങൾ രാജ്യത്തിലെ മറ്റു പൗരന്മാർക്കായി സുരക്ഷാവലയം തീർത്തുകൊണ്ട് രാജ്യത്തിലങ്ങിങ്ങായി പ്രയാണത്തിൽ ഏർപ്പെട്ടു. അന്ന് യുദ്ധങ്ങൾ കഴിഞ്ഞ് സാഹചര്യങ്ങൾ വീണ്ടും സാധാരണ ഗതിയിലേക്കായിക്കഴിഞ്ഞപ്പോഴാണ് കളിയും അതിനായുള്ള പരിശീലനങ്ങളുംമറ്റും

പുനരാരംഭിക്കപ്പെട്ടത്. ആ സമയംവരെയും എയർഫോഴ്സ് ഉദ്യോഗസ്ഥർ എന്ന രീതിയിലുള്ള തങ്ങളുടെ ഉത്തരവാദിത്വങ്ങൾ നിറവേറ്റുകയായിരുന്നു ടീം അംഗങ്ങൾ എല്ലാവരുംതന്നെ.

രാജ്യത്തൊട്ടാകെ നടന്ന പലതരം സംഭവവികാസങ്ങൾക്കും വ്യത്യസ്ത സാഹചര്യങ്ങൾക്കും രാഷ്ട്രീയപരമായും ആഭ്യന്തരപരമായും നടന്ന നിരവധി മാറ്റങ്ങൾക്കും സാക്ഷ്യം വഹിച്ചുകൊണ്ടാണ് അച്ഛൻറെ സർവീസ് കാലം കടന്നുപോയിക്കൊണ്ടിരുന്നത്. ഇന്ന് അതെല്ലാം ഓർത്തെടുക്കുമ്പോൾ അച്ഛൻ ആ കാലവുമായി ഈ കാലഘട്ടത്തെ താരതമ്യപ്പെടുത്തുകയും ചെയ്യാറുണ്ട്. വളരെയധികം മാറ്റങ്ങൾക്ക് വിധേയമായിട്ടാണല്ലോ ഇന്നത്തെ സമൂഹം നിരവധി പരിണാമങ്ങൾ ഉൾക്കൊണ്ട് ഇന്നത്തേതായി രൂപം കൊണ്ടത്.

ക്യാമ്പിൽ നിന്ന് പുറത്തു കടക്കുന്നതോ വീട്ടിൽ അവധിക്ക് വരുന്നതോ ആയിട്ടുള്ള കാലയളവിലാണ് അച്ഛന് അന്നൊക്കെ വിശ്രമം ലഭിച്ചിരുന്നത്. ആ അവധി ദിവസങ്ങൾ അച്ഛന് കഠിനമായ പരിശീലനങ്ങളിൽനിന്നും മറ്റും ആശ്വാസം ലഭിക്കുന്ന ദിവസങ്ങളായിരുന്നു. അങ്ങനെ അവധിയിലായിരിക്കുമ്പോൾ മറ്റു പ്രവർത്തികളിൽ ഏർപ്പെടാതെ വിശ്രമിക്കുക

എന്നതുതന്നെയാണ് അച്ഛൻ തിരഞ്ഞെടുക്കാറുള്ളത്. സ്വന്തം കുടുംബത്തോടൊത്തുള്ള ആ വിശ്രമവേളകൾ അച്ഛൻ എന്നും ആസ്വദിച്ചിരുന്നു. പതിനഞ്ചോ ഇരുപതോ ദിവസങ്ങൾ മാത്രമാണ് അച്ഛന് അവധിയായി ലഭിച്ചിരുന്നത്. തൻറെ ജോലി ആവശ്യങ്ങൾക്കായും കളിക്കായും മറ്റും സ്വന്തം നാടും വീടുമൊക്കെ വിട്ടുനിൽക്കേണ്ട സാഹചര്യം അച്ഛന് ഉണ്ടായതുകൊണ്ടുതന്നെ നാട്ടിൽ പലരുമായുള്ള ബന്ധം പുതുക്കാൻ സാധിക്കാതെ വന്നിരുന്നു. അച്ഛൻറെ സുഹൃത്തുക്കളെയും മറ്റും കാണാനും അവരോട് സംഭാഷണങ്ങളിൽ ഏർപ്പെടാനുമൊക്കെ അച്ഛൻ അവധി ദിവസങ്ങളെ വിനിയോഗിച്ചിരുന്നുവെങ്കിലും നാടുമായുള്ള ബന്ധത്തിന് അന്നൊക്കെ വിള്ളലുകൾ ഉണ്ടായിരുന്നു. പ്രാക്ടീസിനുംമറ്റും കുറച്ചു ദിവസത്തെ അവധി കൊടുത്ത് അച്ഛൻ വിശ്രമത്തിലായിരിക്കുന്ന ദിവസങ്ങൾ പെട്ടന്നുതന്നെ കടന്നു പോകുകയും വീണ്ടും ജോലി സ്ഥലത്തേക്ക് തിരിച്ചുപോവുകയും ചെയ്യുന്നത് വർഷങ്ങളോളം മാറിമാറി സംഭവിച്ചുകൊണ്ടിരുന്നു.

എയർഫോഴ്സിലെ അച്ഛൻറെ സേവനം സ്വയം പഠിപ്പിച്ചത് ഒരുപാടു കാര്യങ്ങളാണെന്ന് അദ്ദേഹം എല്ലാ ജീവിത സാഹചര്യങ്ങളിലും ഓർക്കാറുണ്ട്.

അവിടെവച്ച് പഠിച്ച പാഠങ്ങൾ തൻറെ ജീവിതത്തിലേക്കും എടുക്കാൻ അച്ഛനെന്നും തയ്യാറായിരുന്നു. ചിട്ടയായ ജീവിതരീതികൾക്കും അച്ചടക്കത്തിനുമപ്പുറത്ത് ഒരുപാടു കാര്യങ്ങൾ അച്ഛൻ സർവീസിൽ നിന്നും പഠിച്ചതായി പറഞ്ഞു കേട്ടിട്ടുണ്ട്. അതിൽ പ്രധാനപ്പെട്ടതായിരുന്നു എല്ലാവർക്കും അച്ഛൻ ഒരുപോലെ നൽകിപ്പോന്നിരുന്ന ബഹുമാനം. അച്ഛനെന്നും വിശ്വസിച്ചിരുന്നത് അങ്ങോട്ടൊരാളെ ബഹുമാനിക്കുന്ന വ്യക്തിക്കു മാത്രമേ അത് മറ്റൊരാളിൽ നിന്നും തിരിച്ചുകിട്ടുകയുള്ളൂ എന്നതിനെയാണ്. എത്ര ചെറിയവനെ യാണെങ്കിലും നാം ബഹുമാനിക്കാൻ പഠിക്കണം എന്നതായിരുന്നു അച്ഛൻറെ അതുമായി ബന്ധപ്പെട്ട ചിന്ത. ഒരു കുട്ടിയെയായാലും സമൂഹത്തിൽ ഏതൊരു രീതിയിൽ താഴ്ന്നു നിൽക്കുന്നയാളെയായാലും ബഹുമാനിക്കുക എന്നത് വളരെ പ്രധാനപ്പെട്ടതാണെന്ന് അച്ഛൻ വിശ്വസിക്കുന്നു.

ഏതൊരു കാര്യത്തിനായി ഇറങ്ങിത്തിരിക്കുമ്പോഴും അതിലേക്ക് സ്വയം സമർപ്പിച്ചുകൊണ്ട് മുന്നേറണം എന്ന പാഠമാണ് അച്ഛനെന്നും കളിക്കാർക്കും യുവതലമുറയ്ക്കും നൽകിപോന്നിട്ടുള്ളത്. അതങ്ങനെ ചെയ്യുമ്പോൾ മാത്രമാണ് ഏതൊരു പ്രതിസന്ധിയെയും തരണംചെയ്തു മുന്നേറാനുള്ള കരുത്തുണ്ടാവുക എന്നത് അച്ഛൻ സ്വന്തം അനുഭവങ്ങളിൽനിന്നും

ചികഞ്ഞെടുക്കുന്ന പാഠങ്ങളാണ്. സമയം എന്നത് നമ്മെ കാത്തു നിൽക്കുന്ന ഒന്നല്ല. ആ സമയത്തെ എങ്ങനെ വിനിയോഗിക്കണം എന്നുള്ളത് അവനവൻതന്നെ തീരുമാനിക്കുന്ന കാര്യവുമാണ്. അതിനെ നന്നായി ഉപയോഗപ്പെടുത്തുന്ന ആളായിരിക്കും വിജയത്തിലേക്കെത്തുക എന്ന് അച്ഛൻ വിശ്വസിക്കുന്നു. കായികരംഗത്തോട് താല്പര്യമുള്ള ഏതൊരു വ്യക്തിക്കും അച്ഛന് നൽകാനുള്ള അനുഭവ പാഠം ഒന്നുമാത്രമായിരുന്നു. കായിക വിജയത്തിനുവേണ്ടി പരിശ്രമിക്കുന്നതിനോടൊപ്പംതന്നെ വിദ്യാഭ്യാസത്തിനും പ്രാധാന്യം നൽകണമെന്നതാണത്. വിദ്യാഭ്യാസം ഇല്ലാതിരിക്കുന്നത് ഈ കാലഘട്ടത്തിൽ ഏതൊരാളുടെയും നിലനിൽപ്പിനെതന്നെയായിരിക്കും ബാധിക്കുക. അച്ഛനമ്മമാരെ ബഹുമാനിക്കുകയും അവർക്കായി ചെയ്യാൻ കഴിയുന്നതത്രയും ചെയ്തുകൊടുക്കാൻ ശ്രമിക്കുകയും ചെയ്യുന്നതിനോടൊപ്പം അവരെ വേദനിപ്പിക്കുന്ന രീതിയിലുള്ള പ്രവർത്തനങ്ങൾ ഈ തലമുറയിലെ കുട്ടികൾക്കിടയിൽ അമിതമായി കണ്ടുവരുന്നതുകൊണ്ട് അങ്ങനെ ആവാതിരിക്കാനും യുവതലമുറ ശ്രദ്ധിക്കണമെന്ന് അച്ഛൻ പലർക്കും പറഞ്ഞുകൊടുക്കുന്നതു കേട്ടിട്ടുണ്ട്. അച്ഛനെ

അത്രയുമധികം വ്യാകുലപ്പെടുത്തുന്നതും ഇന്നത്തെ സമൂഹത്തിലെ ലഹരി ഉപയോഗവുംമറ്റുമാണ്. സ്വന്തമായി ഒരു കരിയർ ഉണ്ടാകുന്നതിനെ തച്ചുടയ്ക്കുന്ന പ്രവർത്തനങ്ങളാണവയെന്നും അതിനായി സമൂഹത്തിന് പലതും ചെയ്യാനുണ്ടെന്നും അച്ഛൻ വിശ്വസിക്കുന്നു.

കാലുകളിൽ ചെരിപ്പുകൾ പോലുമില്ലാതെ ദാരിദ്ര്യത്തിനു നടുവിൽപ്പോലും കളിച്ചുവളർന്ന സാഹചര്യങ്ങളായിരുന്നു അന്നത്തെ കാലത്തുണ്ടായിരുന്നത്. ഇന്ന് അത്തരം അവസ്ഥകൾ കുറവാണ്. അന്ന് നിഷേധിക്കപ്പെട്ടിരുന്ന പല സൗകര്യങ്ങളും ഇന്നുള്ള തലമുറയ്ക്ക് കിട്ടുന്നുണ്ട് എന്നത് സന്തോഷകരമാണ്. എന്നാൽ ചിലർക്കെങ്കിലും കളി കൊണ്ടുമാത്രം ഒരു ജീവിതം ഉണ്ടാക്കുക എന്നത് സാധ്യമാകാത്ത കാര്യമായിത്തീരുന്നു. ഇന്ന് നടക്കുന്ന രാഷ്ട്രീയ കളികളും അഴിമതിയും മറ്റും പലരെയും ചവിട്ടി താഴ്ത്തുകയും പലരെയും കഴിവുകൾ കണക്കിലെടുക്കപ്പെടാതെ വളർത്തിക്കൊണ്ടുവരികയും ചെയ്യുന്നു. അത്തരം അവസ്ഥകളിൽ പെട്ടു വിലപിക്കുന്നവരാണ് ഇന്നത്തെ പല കളിക്കാരും. ഫുട്ബോളിലൂടെയുംമറ്റും വളർന്നു വരിക എന്നത് ഇന്ന് ദുഷ്കരമായി തീർന്നിരിക്കുകയാണ് എന്നതാണ് അച്ഛൻറെ

നിരീക്ഷണം. അത്തരം കഴിവുകൾ വേണ്ട വിധത്തിൽ പ്രോത്സാഹിപ്പിക്കപ്പെടുന്നതുമില്ല.

വിദ്യാഭ്യാസത്തിനൊപ്പംതന്നെ കളിക്കും മറ്റും പ്രാധാന്യം നൽകുന്ന സ്കൂളുകൾ ഇന്ന് നന്നേ കുറവാണ്. വിദ്യാഭ്യാസത്തിൽ ഉന്നതവിജയം നേടുക എന്നതുമാത്രമാണ് ഇന്നത്തെ വിദ്യാഭ്യാസരീതി ഉന്നം വയ്ക്കുന്നത്. കായികത്തിനും മറ്റും പ്രാധാന്യം നൽകുന്ന ചൈന, ജപ്പാൻ, ബ്രസീൽ പോലുള്ള രാജ്യങ്ങളിൽ കളിയെ വിദ്യാഭ്യാസത്തിനൊപ്പംതന്നെ നല്ല രീതിയിൽ വളർത്തിക്കൊണ്ടുവരുന്നത് അച്ചനെ എന്നും ചിന്തിപ്പിക്കാറുണ്ടത്രേ. തങ്ങളുടെ രാജ്യത്തിൻറെ വികസനത്തിനോപ്പംതന്നെ സ്വന്തം സംസ്കാരത്തിനും ഒരുപോലെ പ്രാധാന്യം നൽകുന്ന രാജ്യമാണ് ജപ്പാൻ എന്ന് നമുക്ക് സംശയമൊട്ടും ഇല്ലാതെ പറയുവാൻ സാധിക്കുമല്ലോ. അവിടെ കുട്ടികളെ ഓരോ കാര്യത്തിലും നല്ല രീതിയിൽ വളർത്തിക്കൊണ്ടു വരുന്നത് നമുക്ക് മാതൃകയാക്കാവുന്ന കാര്യമാണെന്ന് അച്ചൻ പറയുന്നു.

പല സ്കൂളുകളും നേരിടുന്ന പ്രധാന പ്രതിസന്ധിയും സൗകര്യങ്ങളുടെ കുറവുകൾ തന്നെയാണ്. ഫുട്ബോൾ പോലുള്ള കായിക ഇനങ്ങളിൽ പെൺകുട്ടികളെ പങ്കെടുപ്പിക്കുന്നതിനും പരിശീലനം

നൽകുന്നതിനും ഇന്നും കേരളം പുറകിൽ തന്നെയാണ്. നല്ല ബാസ്ക്കറ്റ്ബോൾ കോർട്ടും മറ്റുമുള്ള പെൺകുട്ടികളുടെ സ്കൂളുകളിൽ പലയിടങ്ങളിലും ഗ്രൗണ്ടും മറ്റു സൗകര്യങ്ങളും കുറവായിരിക്കും. എല്ലാവർക്കും തുല്യതയിൽ അവസരങ്ങൾ നൽകുക എന്നുള്ളതും പലപ്പോഴും അവഗണിക്കപ്പെടുകയാണ്.

വിശ്രമജീവിതത്തിനിടയിലും ഇന്നും കായികരംഗത്തിനോടും ഫുട്ബോളിനോടും ചേർന്നുനിൽക്കാനാണ് അച്ഛൻ ആഗ്രഹിക്കുന്നത്. കോച്ചിംഗ് നൽകണമെന്നുള്ള ആവശ്യങ്ങൾ ഇന്നും ഉയർന്നു വരുന്നുമുണ്ട്. മുട്ടിനുണ്ടായ പ്രയാസങ്ങൾക്കും ബൈപ്പാസ് സർജറിക്കുമൊക്കെ ശേഷം അച്ഛനു പക്ഷെ അതിനു സാധിക്കുന്നില്ല. എങ്ങനെ കിക്ക് ചെയ്യണം, ഡ്രിബിൾ ചെയ്യണം എന്നൊക്കെ വാക്കാൽ പറഞ്ഞുകൊടുക്കുക മാത്രമേ സാധ്യമാകുന്നുള്ളൂ. പരിശീലനസ്ഥലത്ത് അച്ഛൻറെ സാന്നിധ്യമെങ്കിലും വേണമെന്ന് ആവശ്യപ്പെടുന്നവരും ധാരാളം. സ്വന്തം നാടും വീടും ഉപേക്ഷിച്ച് മറ്റു സ്ഥലങ്ങളിലേക്ക് പോകുക എന്നതും അച്ഛനെ ഏറെ വിഷമിപ്പിക്കുന്നു. ഏകാന്തതയ്ക്കിടെ അച്ഛൻ തൻ്റേതായ സന്തോഷങ്ങൾ കണ്ടെത്തി മുന്നോട്ടു നീങ്ങുകയാണിന്നും. സുഹൃത്തുക്കളുമായി പ്രഭാതത്തിൽ നടക്കാൻ ഇറങ്ങുന്നതും പാട്ടുപാടുകയും തമാശ

പറയുകയുമൊക്കെ ചെയ്ത് കുറച്ചുസമയം അവരോടു ചിലവഴിക്കുന്നതുമൊക്കെ അച്ഛനിന്ന് സന്തോഷം നൽകുന്നു. ലയൺസ് ക്ലബ്ബിലും മറ്റും അതിൻറേതായ മീറ്റിങ്ങുകളിൽ പങ്കെടുക്കുകയും പരസ്പരം സ്നേഹം പങ്കുവയ്ക്കുന്ന സുഹൃത്തുക്കളുമൊത്ത് സന്തോഷം പങ്കുവയ്ക്കുകയുമൊക്കെ ചെയ്യുന്നതാണ് അച്ഛന് ഇന്നുള്ള ചെറിയ സന്തോഷങ്ങൾ. ഒരു ഫുട്ബോൾ പ്രതിഭയായി മാത്രമല്ല ജീവിതത്തിലും അച്ഛൻ ഒരു മാതൃകയായി നിലകൊള്ളുന്നു.

Verses Kindler Publication

Reach us through our website -

https://www.verseskindlerpublication.com/

For more information visit our

Instagram or Facebook page.

www.ingramcontent.com/pod-product-compliance
Lightning Source LLC
LaVergne TN
LVHW030027051026
849519LV00010B/3001
* 9 7 8 9 3 4 9 5 3 2 0 8 3 *